आपल्या
स्नेहीजनांना
पुस्तके
भेट द्या

आभाळ

I0678681

शंकर पाटील

मेहता पब्लिशिंग हाऊस

- *या पुस्तकातील लेखकाची मते, घटना, वर्णने ही त्या लेखकाची असून त्याच्याशी प्रकाशक सहमत असतीलच असे नाही.*

AABHAL by SHANKAR PATIL

आभाळ : शंकर पाटील / कथासंग्रह

मराठी पुस्तक प्रकाशनाचे हक्क मेहता पब्लिशिंग हाऊस, पुणे.

प्रकाशक : सुनील अनिल मेहता, मेहता पब्लिशिंग हाऊस,
१९४१ सदाशिव पेठ, माडीवाले कॉलनी, पुणे - ४११०३०.

मुखपृष्ठ : देविदास पेशवे

प्रकाशनकाल : सप्टेंबर, १९६१ / जानेवारी, २००८ / सप्टेंबर, २००८ /
नोव्हेंबर, २००९ / जून, २०११ / सप्टेंबर, २०१२ /
जानेवारी, २०१४ / जानेवारी, २०१६ /
पुनर्मुद्रण : मार्च, २०१८

P Book ISBN 9788177669305
E Book ISBN 9788184989588

E Books available on : play.google.com/store/books
www.amazon.in

राजा 'सर्जा' आणि 'जीत' मधील
जो कोणी हण्यां त्यांस–

कथाक्रम

निचरा

तरणा जाऊन म्हातारा पाऊस काठी टेकीत आला होता. आभाळ भरून आलं होतं. गादीवाफ्यावरील तरवाला झारीनं पाणी ओतावं तशी पावसाची झिमझिम सारखी सुरू होती. जिरवणीचा पाऊस पडत होता.

एकाएकी हवेत गारवा पसरला. हुडहुडी भरावी अशी गार हवा अंगाला झोंबू लागली. गारठा सोसेनासा झाला. तसे रानातल्या खोपीत एकटेच बसलेले रामजीकाका अंगावर एक घोंगडं घेऊन पायाला मिठी मारून बसले. किलकिल्या डोळ्यांनी उगाच बाहेर बघत राहिले.

पाऊस थांबायचं काही चिन्ह दिसत नव्हतं. आभाळ जास्तच भरून येत होतं. पावसानं वंदाट घातलं होतं. बुरबुर सारखी सुरू होती. गळती काही थांबत नव्हती. आभाळच फाटल्यागत झालं होतं... आभाळ फाटलंच होतं...

पायाला मिठी मारून बसलेले रामजीकाका गार वारं तोंडाला बडवाय लागलं तसं ढुंगणानं मागं सरले आणि कुडाला पाठ लावून उगाच टेकून बसले.

कूड भिजून चिंब झाला होता. त्याच्या फटींतनं गार वारं आत शिरत होतं. पायाखालच्या जमिनीलाही ओल आली होती. नीट बूड टेकून बसावं तर खालचं धोतर गार लागत होतं. दोन पायांवर बसून राहावं, तर अंग अवघडत होतं. खोपीत बसून उघड्यावर पडल्यागत झालं होतं.... निवारा असून नसल्यागत....

थंडीनं काकडून गेलेले काका दाडवाणाला घोंगडं धरून तसेच बसून राहिले.

बाहेर गळणाऱ्या पावसाकडे किलकिल्या डोळ्यांनी बघत बसले.

भोक पडल्यागत आभाळ सारखं गळतच होतं. महादेवाच्या पिंडीवर थेंब थेंब पाणी पडत राहावं तशी धार सारखी लागून राहिली होती. काठी टेकीत आलेल्या म्हाताऱ्याचा आपला रामठेका सारखा चालू होता.

तिन्हीसांज भरून गेली होती. अंधार गुडूप झाला होता. डोळ्यांत बोट घातलं तरी काही दिसत नव्हतं. चांद ढगांआड गेला होता. वर तोंड केलं तरी एक चांदणी कुठं दिसत नव्हती. रातकिडे किर्रर्र करत होते. रानांतलं गार वारं अंगाला झोंबत होतं. थंडीनं भोकार फुटत होतं. खालवर घालून गप घरांत पडायचं सोडून रामजीकाका थंडीवाऱ्यात रानात येऊन बसले होते. नसता विचार करीत राहिले होते. बाहेर नजर लावून एकटेच बसले होते. अजून गडीही आला नव्हता. पाऊस तर सारखा झिमझिम सुरूच होता.

कांबळ्याची खोळ अंगावर घेतलेला चंद्राप्पा पांदीनं वर आला. सपाट्यानं खोपीजवळ आला आणि आत अंधार बघून मनी चरकला. बाहेर तोंडालाच उभं राहून त्यानं हाक मारली,

"काका ऽऽ"

त्याची हाक ऐकून काका म्हणाले,

"का रं, कोण - चंद्राप्पा?"

गडी आत आला. अंगावरचं कांबळं बाजूला झटकीत तो म्हणाला,

"अंधारातच बसलाय व्हय?"

"बसलोय झालं–"

"ह्यो काय खंदील हितंच होता न्हवं." असं म्हणून त्यानं हातांतलं घोंगडं वैरणीच्या ढिगावर टाकलं. भाकरीचं गटळं बाजूला ठेवलं आणि गडबडीनं कंदील हातात घेऊन तो म्हणाला,

"कवाच्या काय दिस मावळलाय! काड्याची पेटीबी हितंच होती की." असं म्हणून त्यानं काच वर करून काडी ओढली. वातीनं ज्योत धरली तशी त्यानं काच पुन्हा खाली केली. खोपीत प्रकाश पडला. काकांनी मान वळवली आणि रोजच्या सवयीनंच हात जोडून दिव्याला नमस्कार केला. काकांच्याकडं बघून चंद्राप्पा 'राम राम' म्हणाला आणि त्यानं दिवा बाजूला ठेवला.

कंदिलाच्या उजेडात त्यानं एकवार काकांचा चेहरा न्याहाळला. त्याला कसनुसं वाटून तोही गप्प बसून राहिला. काही तरी बोलायचं म्हणून तो म्हणाला, "पाऊस सारखा लागूनच पडलाय...."

काका थोडा वेळ काहीच बोलले नाहीत आणि मग एक सुस्कारा टाकून म्हणाले,

"अरं सांच्चा पावणा हाय त्यो. वस्तीलाच आलाय्– माझ्यावाणी गा ऽऽऽ"

काकांचा घोगरा आवाज चंद्राप्पाला जरा निराळा भासला. काकांच्याकडं न बघतां तो बाहेर बघत राहिला. काकाही गप बसून राहिले. चंद्राप्पाची चलबिचल काकांनी ओळखली आणि त्याला अवघड वाटू नये म्हणून त्यांनी बोलणं सुरू केलं,

"पांदीला लई राड झालीया काय रं?"

"तर हो! येशीजवळ तर नुसती आंबील झालीया म्हननासा."

"मग बसलाईस का असा? जा की पाय धुऊन ये जा."

"व्हय्, जातो. पायबी धुऊन येतो आन् तुम्हाला प्याला ताजं पाणी बी आनतो." असं म्हणून त्यानं मातीचा गेळा हातांत घेतला आणि त्या गेळ्याकडं बघत काकांनी विचारलं,

"ठेव गेळा. तान लागायला काय उनाळ दिस हैत व्हय्?"

चंद्राप्पा थांबला आणि भाकरीच्या गठळ्याकडं हात करून बोलला, "भाकरी खायची न्हाई व्हय्?"

"कशाला आणलीसरं भाकरीबिकरी?"

"कशाला म्हंजे? पोटाला काय आधार नको?"

मान खाली घालून काका पुटपुटले, "तरी तुला जाताना बजावलं होतं–"

"काय जाईल ते दोन घास खावा की."

मान वर करून काकांनी पुन्हा विचारलं,

"सांगितलं न्हाईस तूं– काय भाकरीबिकरी नको म्हटलीया म्हणून?"

"सांगितलं, पर मला बसवून घेऊन मुद्दाम दोन ताज्या भाकरी करून दिल्यात. मी न्हाई कसं म्हनू? पाणी घेऊन येतो, काय जाईल ते दोन घास खावा." असं म्हणून तो गेळा घेऊन विहिरीवर गेला आणि काका बाहेर बघत पुटपुटले, "मुद्दाम ताजी भाकरी करून दिलीया–"

एकाएकी वारं भिरभिरून पावसाचे शिंतोडे आत येऊ लागले. सरमाडाच्या कुडांतनं 'सूंऽ' करून आवाज निघू लागला. पावसाची एक मोठी सर आली आणि कुडाखालनं पाणी आत शिरू लागलं. फटींतनं येणारा गार वारा अंगाला झोंबू लागला.

पाणी आणायला गेलेला चंद्राप्पा हातांत गेळा घेऊन दुडक्या चालीवर धावत आला. त्याला बघून काकांनी विचारलं, "भिजलास काय रं?"

धोतरानं तोंड पुसत तो बोलला, "न्हाई, चिपळी जरा मोठी आली."

अंग कोरडं करायच्या निमित्तानं, भाकरी खायला कसं सांगावं, याचा विचार करीत तो उभा राहिला. कंदिलाची वात मोठी करून त्यानं उगचच हिकडं तिकडं बघितलं आणि तो काकांना म्हणाला,

"खाली काय हातरून तरी घ्याचं. उठा बघूं."

"काय करतोस?"

जवळ येत तो बोलला, "उठा उठा, असं अडुशाला बसा."

"असूं द्या– भाईर बघत बसतो हितंच."

"कुडातनं पानी आत या लागलंय्. तिथंच बसताय् व्हय्?" असं म्हणत एका अंगाला त्यानं दुपदरी वाकळ पसरली आणि तिकडं बोट दाखवून तो म्हणाला, "बसा ह्यावर."

रामजीकाका घोंगडं सावरीत उठून उभे राहिले आणि चंद्राप्पाने पसरलेल्या वाकळेवर बूड टेकवून म्हणाले,

"ह्यो राजा रास्सारी बरसतोय बघ आता."

"व्हय, लागून पडनार असं दिसतंय. गळलं तसं मागनं भरूनच या लागलंय की आभाळ!" अंगाभोवती घोंगडं घेत काका बोलले, "गारठा काय पडलाय गाऽऽ. मेंढरं मरायचा पाऊस बघ ह्यो."

"तर हो!" असं म्हणून चंद्राप्पा काकाकडं बघत म्हणाला, "बर मालक, आता का बोलत बसलाय?"

"तर काय करू म्हणतोस?"

भाकरीचं गटळं खाली घेत तो बोलला, "ताजं पानी आणलंय. घ्या खाऊन भाकरी."

समोर ठेवलेलं भाकरीचं गटळं काही न बोलता बाजूला सारून काका गप बसून राहिले. न बोलता चंद्राप्पाही खाली मान घालून बसला. कसं बोलावं हे त्याला कोडं पडलं. त्यानं मान वर केली आणि एकवार भाकरीकडं आणि एकवार काकाकडं बघत न राहवून म्हणाला, "दोपारीबी काय खाल्ला न्हाई म्हनं. असं पोट मारून कसं भागंल?"

एक नाही दोन नाही, काका आपले उगीच बाहेर बघतच बसले. थोडा वेळ गप राहून चंद्राप्पा पुन्हा बोलला, "काय जाईल ते खावा की दोन घास."

एकवार खाकरून काकांनी विचारलं,

"तू आलास तवा घरात जेवणं झाली होती का व्हायचा होतीं रं?"

"पोरं जेवून झोपली होती आणि मालक जेवायला बसलं होतं."

थोडकं हसून काकांनी विचारलं, "मालक एकटा जेवायला बसला होता का राजा-राणी दोघं मिळून बसलं होतं?"

काकांच्या प्रश्नाची खोच चंद्राप्पाच्या काळजाला बोचली आणि काही न बोलता त्यानं हसून साजरं केलं. उत्तराची वाट न बघता काकाही मान वळवून गप बसून राहिले. बाहेर गळणाऱ्या पावसाकडे बघत राहिले. गडीमाणसाजवळ असं

बोलायला नको होतं असं त्यांना वाटलं. दोघंही न बोलता गप्प बसून राहिले. मनाला अवघडल्यागत वाटू लागलं, तसा चंद्राप्पा उठला. शेजारची तोडलेली वैरण घेऊन बाहेर गेला. दावणींत वैरण टाकली. अंग आखडून उभी राहिलेली जनावरं खाली बघून गपागपा वैरण खाऊ लागली. त्यांच्या अंगावरून हात फिरवत चंद्राप्पा थोडा वेळ तिथंच उभा राहिला. मग पायांतली चिपाडं गोळा करून त्यानं बाजूला ढकलली आणि पुन्हा येऊन तो आत बसला.

अंगावर घोंगडं घेऊन काका अजून तसेच बसून राहिले होते. भाकरीचं गटळं तसंच बाजूला पडलं होतं. त्यांचं चित्त काही ठिकाणावर दिसत नव्हतं. काय करावं हे चंद्राप्पाला कळत नव्हतं. गप खालवर घालून पडावं तर तेही त्याला बरं दिसत नव्हतं. काही बोलावं तर बोलणं सुचत नव्हतं. सारं अशुद्ध अन् अवघड होऊन बसलं होतं. उगाच घुम्यागत चंद्राप्पा बसून राहिला आणि थोड्या वेळानं त्याच्याकडं मान वळवून काका म्हणाले,

‘‘जनावरांची वैरणकाडी झाली?’’

‘‘झाली की.’’

‘‘मग का बसलाईस? पड की आता.’’

त्याला एकदम एक नवा विचार सुचला आणि तोंड वर करून तो म्हणाला,

‘‘मालकांनी एक काम सांगितलंय.’’

‘‘कोण बाळक्यानं? काय सांगितलंय?’’

‘‘थंडीवाऱ्यात तुम्हाला रानांत निभायचं न्हाई तवा तुम्हांला घरला घेऊन याला सांगितलंय.’’

‘‘तुला घेऊन याला सांगितलंय?’’ असं विचारून काका त्याच्याकडे बघत राहिले आणि हसून म्हणाले, ‘‘आणि मग भाकरी कशाला पोचती केलीया रं?’’ येडबडलेला चंद्राप्पा सारवासारव करत बोलला,

‘‘आन् मग, न्हवं ऽ ऽ– तुम्ही न्हाईच म्हणाला तर काय करायचं?’’

काका एकदम आवाज चढवून म्हणाले,

‘‘निसकाळजी घरात निजायचं रं.’’

चंद्राप्पा मान खाली घालून बसला. त्याच्या जिवाला उगच चुटपुट लागून राहिली. थोड्या वेळानं न राहवून तो म्हणाला, ‘‘माझी एक बात ऐका, घासभर खाऊन घ्या. म्हंजे पडायला मोकळं झालं.’’

बोलताना मघाशी आवाज चढला होता, याचं भान ठेवून काका शांतपणे म्हणाले,

‘‘खुळ्या, हवा अशी गार पडल्याली. थंडीनं माणसाचं भोकार फुटाय लागलंय! जेवू म्हणतोस! जेवल्यावर थंडी लई वाजल. आवरल का मला? त्याच्यापरास न

जेवल्यालं काय वाईट?''

काकांचं हे झाकून बोलणं चंद्राप्पाला कळत होतं, पण इलाज नव्हता. काय करायचं, असं म्हणून तो गप बसून राहिला. बसल्या बसल्या त्यानं नेसूच्या धोतराचं टोक पिळलं आणि बेतानं नाकात घातलं. जरा गुळगुळल्यावर सटासट त्याला दोन शिंका आल्या. नाक पुसत तो म्हणाला,

''नाक जरा गच्च झालंय.''

काकांना एक जुनी आठवण झाली. ते खुदकन् हसले आणि म्हणाले, ''ह्या सर्दीवरनं आठवण झाली–'' अशी सुरुवात करून ते सांगू लागले, ''काय तरी ईस सालामागची गोष्ट असंल बघ. बाळक्या तवा चार-पाच वरसांचा असल. ह्यो असा दसऱ्याचा वकुत होता. देवाला ऊस तोडलं होतं. पोरगं ऊसच दे म्हणून हट्ट धरून बसलं.''

''मग?''

''मग काय, अरं ऊस कसा द्याचा? त्याला पडसं आल्यालं. अंगात कणकणबी भरल्याली. म्हटलं खडीसाखर खा, मनुकं खां, तर ते काय न्हाई. ऊसच पायजे एवढं खरं! पहिल्यापासनंच हट्टी गाऽऽ– आमकं एक पायजे म्हंजे पायजेच. तेच पायजे! आली का पंचाईत!''

''आणि मग हो?''

''मग काय, बसला की रडत. जेवान न्हाई, खान न्हाई, काय न्हाई– काय न्हाई. सकाळधरनं एक म्हस ओपंला आल्यागत तोंड पसरलं! ऊस पायजे एवढा खरा. बायला म्हटलं, आता काय करावं! घरात ऊस असून द्याचं होईना. काय कमी जास्त झालं तर कोन निस्तारणार गा ऽऽ?''

''तर भ्याच की एक.'' असं म्हणून चंद्राप्पानं मान हलवली आणि तोंडाकडं बघत राहिला. काका सांगू लागले, ''उसाची काय अप्रूबाई गाऽऽ! पर पोरगं असं रडाय लागलं आणि पोटात ढवळून या लागलं नव्हं. मग कोण म्हणालं, काळाबाळा ऊस दिला तर चालतं.''

''व्हय. त्यो काय बादिकार न्हवं.''

''ते झालं. पर त्यो ऊस पैदा करायचा कुटला? त्यो कुठं तरी कव्चित आढळणार आणि आपल्या येळेला गावणार कसा ऽऽ? मग म्हटलं हे काय न्हवं! आणि पडलो भाईर. दूम काढत काढत निघालो. पोटात ना अन्न ना पाणी. चार कोसांची वाट तुडवून झाली आणि मग त्या रुईचंदुरला त्यो बाळा ऊस भेटला! त्योबी एकानं हौसंनं लावल्याला. हितनं तिथनं चालून आल्यालं बघून त्याला बी अप्रूबाई वाटली. त्यानं भली एक मुळी बांधून डोक्यावर ठेवली. ती मुळी घेऊन मध्यान्राच्चं घरला आलो. तुझ्या सर्दीवरनं आज त्याची आठवण झाली बघ. अशी

एकेक गोष्ट!'' ही जुनी आठवण ऐकून झाली आणि चंद्राप्पा मान हलवून म्हणाला, ''मालकांचा बराच हट्ट पुरीवलाय की मग.''

काका न बोलता त्यांच्या तोंडाकडं बघत राहिले. त्यांचा चेहरामोहरा पार बदलून गेला होता. बोलण्याच्या नादात अंगावरचं घोंगडं खाली गळलं होतं. त्याचं त्यांना भान नव्हतं. गोष्ट संपली तरी काका आपल्याच विचारांत दंग होऊन गेले होते. ध्यानस्थ बसल्यागत दिसत होते. चंद्राप्पा म्हणाला,

''घोंगडं तर घ्या की अंगावर नीट.''

खाली पडलेलं घोंगडं काकांनी अंगावर ओढून घेतलं आणि मान खाली घालून ते पुन्हा विचारांत गर्क होऊन गेले.

चंद्राप्पा बसून बसून अवघडला आणि बाहेर बघत राहिला. पावसाची रिपरिप सारखी सुरू होती. अंधारात काही दिसत नव्हतं; पण चिटचिट ऐकू येत होती. डोळ्यांत पेंग आला होता. घोंगडं टाकून पडावंसं वाटत होतं. अंग ताटकळून गेलं होतं. काका बसून राहिले होते अणि आपणच कसं कलंडावं, हा प्रश्न त्याला पडला होता. काकाबरोबर त्यालाही ताटकळायची पाळी आली होती. उगाच बाहेर अंधाराकडं बघत तो बसून राहिला.

मध्येच काका म्हणाले, ''चंद्राप्पा ऽऽ–''

तो दचकून म्हणाला, ''ओ ऽऽ''

''का ताटाय लागलाईस? पड की आता.''

अंगाची हालचाल करीत तो बोलला, ''पडायचं हायच की.''

''मग पड की. उगच का बसलाईस?'' तो मुद्दाम बाहेर बघतच म्हणाला, ''काय जिवालाच गोड वाटेना बघा.''

''का रं?''

थोडा वेळ थांबून तो बोलला, ''का न्हाई– पर...''

''काय रं?''

''तुम्ही एक घासभर खाल्ला असता तर बरं झालं असतं.'' असं म्हणून तो म्हणाला, ''काय उल्लासीच वाटत न्हाई बघा.''

''म्हणजे तुला बी झोप येत न्हाई म्हण.''

''झोप कशी ईल बरं?''

बेचैन झालेले काका बोलले, ''मग बोलत तर बसूया. जीव रमवायला एक गोष्ट सांगू तुला?''

इतका वेळ चितागती होऊन बसलेले काका गोष्ट सांगू का म्हणाले, ह्याचं त्याला नवल वाटलं. त्याच्या डोळ्यांतला पेंग गेला. एकाएकी हुशारी वाटून तो काकांकडं मान वळवून बसला. गोष्ट ऐकायला उत्सुक झाला.

खाकरून काकांनी आपला गळा साफ केला आणि त्यांनी पुन्हा विचारलं, ''ऐकतोस?''

''हूं, सांगा.''

''रामायण-महाभारतातलं आख्यान न्हाई. मागं खरी घडल्याली एक गोष्ट हाय. आमचं अप्पा आम्हाला लहानपणी सांगायचं.''

''अस्सं.''

पुन्हा एकदा खाकरून काका सांगू लागले,

''ह्यो पडतोय असाच पाऊस लागून पडला होता. आभाळ फाटलं होतं. पाऊस सारखा कोसळत होता म्हनन्नास.''

'हूं' करून चंद्राप्पा हुंकार भरू लागला.

काका सांगूं लागले, ''एक माझ्यागत म्हातारा होता. म्हातारी आधीच निघून गेली होती.''

काका थोडकं थांबले. तसं चंद्रप्पानं विचारलं, ''कुठं ऽऽ?''

''कुठं न्हवं, गेली होती गा ऽऽ. ह्या संसारातनं ती सुटली होती. ती मोकळी झाली ऽऽ आणि म्हातारा मागं ऱ्हायला होता. आलं का ध्यानात?''

''हां ऽऽ''

''कर्तंसवरतं एक पोरगं होतं. त्याचं लगीन झालं. पोरंबाळं झाली. म्हाताऱ्याला कोण इचारतोय्? त्याची आबाळ व्हाय लागली. स्वत:चं पोरगं हिडीसफिडीस करूं लागलं–''

सांगता सांगता काका थांबले आणि चंद्राप्पानं विचारलं, ''आणि मग?''

''मग काय? एक दिवस म्हातारा उठला अन् रुसून रानात जाऊन बसला. घरला येनार न्हाई म्हणून सांगितलं, आत खोपीत जाऊन बसला गा ऽऽ''

चंद्रप्पा 'हूं' म्हणायचं विसरला. काका थोडा वेळ थांबले आणि म्हणाले, ''ऐकतोस न्हवं?''

''तर. सांगा की.''

''खोप अशी नदीकडंला मळीला होती. मळीत खोप होती गा ऽऽ.''

''हं.''

''म्हातारा खोपीत येऊन बसला. आन् दोपारपसनं पावसांनं झोड उठवली. पाऊस सारखा कोसळाय लागला. घागरीनं वताय लागला. भाईर तोंड काढाय ईना झालं. बेजान पाऊस! दुपार टळलीऽऽ तिन्हीसांज झालीऽऽ कडुसं पडलंऽऽ– पाऊस सारखा कुडपतच ऱ्हायला. रात झाली, तसा गडी भाकरी घेऊन आला. झॅझॅट केलं तरी त्यानं भाकरीला शिवलं न्हाई. ना आन्न ना पानी– म्हातारा आपला तसाच बसून ऱ्हायला. न्हाई खात तर ऱ्हाईना म्हणून गडी आपलं हातरून करून

कलंडला. त्याला काय सोयर सुतक गाऽऽ! पडल्या पडल्या त्याचा डोळा लागला. म्हातारा आपला बसला भाईर बघत. पाऊस सुरूच होता. नदी फुगत होती. तास फुटून पाणी वर आलं होतं. हां हां म्हणतां पाणी पसरू लागलं. बघावं तिकडं पाणीच दिसूं लागलं. खोपीच्या तोंडाला बसून म्हातारा बघत ऱ्हायला. धाड धाड नदीचा आवाज येऊ लागला. धोंऽऽ करून वारं सुटू लागलं. लालभडक पाणी वाजत जवळ येऊ लागलं. एकेक शिवार पाण्याखाली दिसेना झालं. पाणी येऊन खोपीला लागलं. आता काय करावं म्हणून म्हातारा उठला आणि गड्याला जागं करून म्हणाला, 'ऊठ रं बाबा, पानी खोपीला लागलं.' गडी गडबडून उठला. बघतोय तर पायाजवळ पाणी! त्याची पाचावर धारण बसली. हातरून कामरून तिथंच टाकून तो आधी भाईर पडला आणि म्हाताऱ्याला म्हणाला, 'चला जाऊ घराला. म्हापूर आलाय्!' म्हातारा काय केल्या जागचा हालंना. गड्याला घोर पडला. 'म्हाताऱ्याला सोडून तू कसा आलास?' असं इचारलं तर काय सांगावं याची काळजी त्याला पडल्याली! त्यानं इनवून सांगितलं, पण म्हातारा आपला हट्ट सोडेना. पाणी खोपीत शिरलं. पायाच्या घोट्याला लागू लागलं. गड्याच्या काळजानं ठाव सोडला. घोळ घालत बसायला येळ नव्हता. हातात इळा घेतला. पायाखाली पाणी येऊन दावणीची जनावरं नाचत होती. 'म्हातारा बसू द्या, तुम्ही तर बाबांनो आपला जीव वाचवा' असं मनात म्हणून त्यानं खसाखसा दावी तोडली आणि कंदील हातात घेऊन त्यो पळत गावाकडं निघाला."

दम घ्यायला काका थांबले आणि चंद्राप्पानं विचारलं, "म्हातारा तिथंच ऱ्हायला व्हय्?"

"म्हातारा तिथंच ऱ्हायला."

"आणि पानी?"

"पानी खोपीला येऊन थडकलं! खुळं पानी! हां हां म्हणता पानी पसराय लागलं. खोप पान्यात हुबी ऱ्हायली. घोट्याचं पानी गुडग्याला लागू लागलं."

"तरी म्हातारा तिथंच?"

"बसायला ईना तसा त्यो उटला. कसाबसा खोपीतनं भाईर पडला. त्यानं मान वाकडी करून गावाकडं बघितलं. खंदिल घेऊन गडी सुसाट चालला होता. त्याला बघून म्हातारा म्हणाला, 'जा बापड्या, तरणा हैस, जीव जगव.' "

काका थोडं थांबले. एक सुस्कारा टाकून पुन्हा सांगू लागले, "पानी वाढतच चाललं. मांडीला लागू लागलं. खोप पान्यात तरंगू लागली. बघावं तिकडं पानीच पानी दिसू लागलं. धाड धाड आवाज कानावर येऊ लागला. पायाला पान्याची वड लागू लागली. म्हाताऱ्यानं धोतार कमरंला खवलं आणि भेलकांडत भेलकांडत म्हातारा शेजारच्या गंजीजवळ गेला. कशीबशी शिडी लावली आन् देवाचं नाव

घेऊन त्यो वर चढला. गंजीवर चढून बसला.''

काका थांबले आणि चंद्रप्पाचा चेहरा न्याहाळीत म्हणाले, ''म्हाताऱ्यानं गंजीवर ठान दिलं आणि तो बघत बसला. काय बघत बसला असंल? व्हय, चंद्राप्पा, काय बघत बसला असंल?''

''हेच की, खाली पान्याकडं बघत बसला असंल, दुसरं काय?''

न बोलता काका चंद्राप्पाकडं बघत राहिले, तसं त्यानं विचारलं,

''काय बघत बसला?''

काका सांगूं लागले, ''म्हातारा गंजीवर जाऊन बसला आणि नदी इसारला, पाणी इसारला– हे सगळं ऽऽ इसारला आणि गावाकडं तोंड करून बघत ऱ्हायला.''

''गावाकडं बघत ऱ्हायला व्हय?''

हात हलवून काका म्हणाले, ''न्हाई खुळ्या! जसा एक खंदिल गावाकडं चालला होता तसाच दुसरा खंदील मळीकडं येतोय का हे बघत बसला. आशेनं बघत ऱ्हायला. पानी पसरत चाललं. रानं बुडत चालली. पर खंदील येताना दिसला न्हाई. कुठला दिसतोय्! भाबडा म्हातारा वाट बघत बसला....''

इथंच गोष्ट संपवून काका थांबले आणि मान वळवून बाहेर पडणाऱ्या पावसाकडं बघत राहिले. गोष्टीत गुंग झालेला चंद्राप्पा म्हणाला,

''आणि मग फुडं काय झालं?''

''फुडचं काय इचारतोस? खुळा तर न्हवंस?''

हात हलवून तो बोलला, ''काय म्हातारा असंल! कोन, अप्पा सांगायचं व्हय् ही गोष्ट?''

''ते काय आता तेवडं आठवत न्हाई. अप्पा का आणि कोण– पर कुणी तरी सांगितल्याली गा ऽऽ''

''भाद्दर गंजीवर चडून बसला न्हाई का!'' म्हणून चंद्राप्पाही बाहेर बघत राहिला. त्याचा जीव चुटपुट करू लागला.

पाऊस कोसळत होता. रानोमाळ पाणी झालं होतं. पाणंद भरून चालली होती. धाडधाड पाण्याचा आवाज कानावर येत होता. तिकडं कान देऊन चंद्राप्पा म्हणाला, ''पांदीला पानी आलंय जनू–'' बाहेर बघत बसलेले काका भान विसरून बोलले, ''पड बाबा! कुडीप! थांबूं नको. घागरीनं वत. म्हापूर याला पायजे!''

काकाकडं बघत चंद्राप्पा बोलला, ''कशाला हो काका? पानी लागून पिकं मरायला पाऊस मागता व्हय?''

काका भानावर आले आणि हसून म्हणाले,

''मी कशाला पाऊस मागू गा! पर पडू नको– म्हणून काय थांबनार हाय काय त्यो? बघ की– कसा कोसळाय लागलाय! आराव्हर्त म्हणायचा!– खुळा पाऊस बघ!''

"खुळा न्हाई तर काय शाना?" असं म्हणून चंद्राप्पा बाहेर बघत राहिला.

एकाएकी काकांना हलकं वाटूं लागलं. डोळ्यांत पेंग येऊ लागला. कलंडावं असं वाटून बेतानं वाकळंवर अंग टाकत ते म्हणाले, "हातरून कर आणि पड आता गप. रात बरीच झाली असंल."

चंद्राप्पानं हातरूण पसरलं. कंदील बारीक केला आणि अंगावर एक घोंगडं घेऊन तो गप्प पडून राहिला. डोळा मात्र झाकंना झाला. उशाला एक हात घेऊन तो कुशीवर वळला. झोप काही लागंना झाली. ताठ पडल्यागत झाला. त्या कुशीवरचं ह्या कुशीवर होत त्यानं हळू आवाजात हाक मारली, "काका ऽऽ–"

काकांनी 'ओ' दिली नाही. गडबडीनं हात लांब करून त्यानं कंदील मोठा केला. काकांच्या अंगावर पडलेल्या उजेडात त्यानं नीट न्याहाळून पाहिलं.

अर्धवट तोंड उघडं ठेवून काका शांत डोळे मिटून पडलेले दिसत होते. निपचित पडले होते.

धाप लागून चंद्राप्पाची छाती वर-खाली होऊ लागली. अंग लाटलाट हलू लागलं. अंगावर काटा उभा राहिला. पुन्हा एकदा हाक मारावी म्हणून त्यानं तोंड उघडलं. नरड्यांतनं आवाज बाहेर येईना झाला. मोठ्या कष्टानं त्यानं हाक मारली, "काका ऽ ऽ–"

एक नाही दोन नाही. निपचित पडून राहिलेले काका एकाएकी घोरू लागले. चंद्राप्पाच्या जिवात जीव आला. कंदील बारीक करून तो पुन्हा अंथरुणावर पडला. मानेखाली हात घेऊन एका कुशीवर वळला. डोळे मिटून गप पडून राहिला.

आणि धाड धाड नदी वाजत येऊ लागली. पुराचं लाल पाणी कोसन् कोस पसरत चाललं. रानंमाळं दिसेना झाली... 'धोंऽऽ' करून वारा घोंघावूं लागला. आणि गदागदा गंज हलूं लागली...

■

हिशेब

सकाळची वेळ होती. पाटील नुकते येऊन असे चावडीत टेकले होते आणि अशा वेळी एक पाहुणा गाढवावर बसून चावडीपुढं आला. पटांगणांतनं गाढव थेट चावडीजवळ आलं आणि उन्हाला बसलेला तराळ 'अराऽऽराऽऽराऽऽ' म्हणून उठून उभा राहिला. जवळ जात म्हणाला,

"आरं कुणीकडं गाढाव हिकडं? कोनगा पावना तू? थेट चावडीत शिराया लागलायस!"

सगळ्यांच्याच नजरा त्या गाढवाकडं वळल्या. पाटील-तलाठी आ वासून बघत राहिले आणि खांबाला टेकून बसलेले सनदी लोक सरड्यागत बाहेर पळाले. भोवतीनं गराडा घालून विचारू लागले, "आगा, कुणीकडं गाढाव म्हणायचं हे?"

बावीस अिंची सायकलीवर बसल्यागत तो गडी गाढवावर बसला होता. वर आखडून घेतलेले पाय खाली जमिनीवर टेकवून आणि गाढवाचे दोन्ही कान सायकलच्या हँडलगत घट्ट धरून त्यानं एकवार भोवतीभर नजर टाकली आणि प्रश्न केला, "हीच का चावडी?"

म्हातारा तराळ पुढं झाला आणि हाताचा पंजा उभा धरून म्हणाला, "व्हय हीच चावडी. आपुन कोन मामलेदार काय? का आलाय?"

खाली न उतरता गाढवावर बसूनच त्यानं विचारलं, "पाटील हैत का चावडीत?"

सारे सनदी तरबत्तर झाले. घोड्यावरनं नवरी मुलगी तिच्या मामानं खाली उतरून घ्यावी तसं एकानं त्याला खाली उतरून घेतलं. बाकीच्यांनी गाढवाला

'हा हू' करून लांब पिटाळून दिलं आणि सगळेच विचारू लागले,

"कोन तू? कुठला? कुठनं आलास? का आलास? गाढवावरनं आलायस काय आणि न्हाई काय? थेट गाढव घेऊन चावडीत कुठं शिराया लागलाईस?"

तोवर खुद्द पाटलांनीच चावडीतनं विचारलं, "कोन गा? काय भानगड?"

सनदी बाजूला पांगले आणि मध्यम वयाचा लुकडा माणूस मुजरा करून जवळ गेला.

रोखून बघितल्यागत करून पाटलांनी विचारलं, "कोन गा? का आलायस?"

पदर पसरल्यागत करून तो म्हणाला, "जी सरकार, मी बेलदार हाय. फिरस्ता माणूस."

"मग काय मुक्कामाला गावात आलायस? पाल घेऊन आलायस?"

"सरकार, कशाची पाल घेऊन येतोय! पाल न्हाई फील नाही." बेलदार डोळे झाकल्यागत बोलला आणि गप राहिला.

"मग काय कारणानं आलायस रं?"

झाकलेले डोळे उघडून बेलदार म्हणाला, "आमचा तळ तिकडं नेज कुंबोजला पडलाय. आपलं नाव ऐकून पायांजवळ आलोय."

"का आलायस?"

"एक तक्रार हाय सरकार."

सारेच त्याच्या तोंडाकडे टकाटका बघत राहिले आणि पाटलांनी विचारलं, "काय तक्रार?"

लांब उभा राहिलेला बेलदार पुढं गेला आणि पाटलांचे पाय शिवायचे ते भुई शिवून बोलला, "आपुन काम कराल म्हणून आलोय."

"उगा पागुळ लावून बोलू नको. काय हाय ते भडाभडा सांग बघू!"

एक घुटका गिळल्यागत बेलदारानं आवंढा गिळला आणि भोवतीभर नजर टाकून म्हणाला, "ह्या गावातल्या कुणा टग्यानं माझी बायकू काढून आणलीया. ती असली शाबूत तर परत मिळावी एवढी विच्छा हाय मालक."

बेलदाराची ही तक्रार ऐकून पाटील चकित झाले. तलाठीही मान उचलून बघत राहिले. एक नवीन वार्ता कानावर आली आणि सारेच एकमेकांच्या तोंडाकडे बघत राहिले. रेशमागत मऊ आलेल्या गावात हा काय प्रकार झाला, दुसऱ्याची बाईल पळवून आणणारा हा कोण टग्या जन्माला आला हे एक कोडंच सगळ्यांना पडलं आणि आपण काय ऐकतोय हे त्यांना कळेना झालं. बसल्याबसल्या त्यांनी थोडा विचार केला. त्यांची मतीच गुंग होऊन गेली. कपाळाला आठ्या घालून त्यांनी एकवार सगळ्या सनद्यांकडं बघितलं आणि सगळ्यांना मिळून वट्टांत एकच प्रश्न विचारला,

''काय म्हनतोय ह्यो बेलदार?''

कुणाजवळच या प्रश्नाचं उत्तर नव्हतं. सनदी हडबडले आणि पाटील ताव काढू लागले,

''आर, संदी हैसा का भिताड! तरी लेकानूं मी म्हनतो की बाबानूं कानावरचा पटका जरा वर सारून फिरत चला. काय आलंय का कानावर तुमच्या? काय हाय का कुणाला दूम? तोंडात अशी लाळ धरून बसू नका. जरा बोला घडाघडा.''

मूग गिळाल्यागत सारे बसून राहिले. कारण बाई काढून आणल्याची बातमी कुणाच्याच कानावर आली नव्हती. हे एक व्हैकच ऐकायला आलं होतं. बसल्याबसल्या सारेच विचार करीत राहिले आणि पाटील खॅस मारून बोलू लागले, ''अरं, जरा गावात ध्यान असावं. काय चाललंय, काय न्हाई हिकडं जरा कान असावा. तळ्यात रेडा बसल्यागत चावडीत नुसतं गप बसत जाऊ नकासा.'' फडाफडा तोंडाला येईल ते पाटील बोलत राहिले. माना खाली घालून समदी मुकाट्यानं ऐकत बसले. त्यांच्या रागाचा कड जरा निवल्यागत झाला आणि मग त्या बेलदाराकडं बघत पाटलांनी विचारलं,

''तुझी बायको पळवून आणली म्हणतोस?''

''जी सरकार.''

''आणि तू काय करत होतास रं?''

''मी काय करनार जी? काय तिला सारखी राखत बसायची हाय व्हय? आणि असं ढुंगान धरून बसायला सवड तरी कुठली हो आम्हा लोकांत येवढी?''

''बरं बाबा,'' म्हणून पाटलांनी पुन्हा विचारलं, ''कुणी काढून आणली म्हणायची?''

''मी तर कुणाकुणाची नावं घेऊ जी? जगात सोदे लोक काय कमी असत्यात व्हय? कुनी न्हेली कुणाला दक्कल?''

''न्हेली एवढं तरी नक्की का?''

''ते घट्ट! न्हेली एवढं खरं.''

''अरं न्हेली का पळून गेली?''

''न्हेली बी आणि पळून बी गेली. ती गेल्याशिवाय ते तरी कसं न्हेतील?''

''दोन्हीबी खरंच म्हणायचं-'' असं म्हणून पाटील हसले आणि एकवार तलाठ्याकडं बघून त्यांनी बारीक चौकशीला सुरुवात केली,

''कुठनं न्हेली म्हणायची तुझी बायको?''

''तवा आमचा तळ वडगावला हुता.''

''तवा म्हंजे कवा?''

नेमका काळ ध्यानात यावा म्हणून बेलदारानं डोळे झाकून आठवल्यागत केलं आणि पुन्हा डोळे उघडून तो सांगू लागला.

"वडगावच्या साळंचं बांधकाम चाललं होतं बघा; त्ये ते शेरीजवळच्या खणीतला दगुड फोडायचं काम चालू होतं. ते आठवतं का तुमाला?''

हूं न म्हणता पाटील तोंडाकडं बघत राहिले. तसा बेलदार आणखी एक दाखला देत म्हणाला, ''त्यो वठार वडगाव नवा रस्ता झालेला आठावतोय? त्यो आडवा रस्ता हो–''

ही काही जुनी गोष्ट असावी असं वाटून पाटलांनी विचारलं,

''अरं, मग किती सालं झाली त्या गोष्टीला?''

बोटं मोजून बेलदारानं हिशेब केला आणि तो म्हणाला,

''झालं की तीन उन्हाळं तीन पावसाळं गेली बघा. आता येणारा चवथा पावसाळा म्हणानासा.''

कपाळाला हात लावून पाटलांनी विचारलं, ''आणि इतकिंदी कुठं झोपला हुतास बाबा?''

''झोपतोय कुठं?''

''मग?''

''मग काय? नाद सोडून आम्ही आपल्या कामाला लागलो. गावोगाव फिरत चाललो झालं.''

पाटील हसून म्हणाले,

''तू तुझ्या कामाला लागलास आणि ती आपल्या कामाला लागली– अशी झाली गोष्ट म्हनतोस?''

''झाली खरं; काय करायचं?''

''तवर बायकूची आठवन झाली न्हाई?''

''सरकार, आठवन करून काय करायचं? रोज आठवन काढतोय. मस्त आठवन येती.''

''आणि मग आत्ताच कसा आलास रं?''

''आपलं नाव कानावर आलं. चार लोकबी सांगाया लागलं. जाऊन तुमचं पाय धरलं तर काम होईल म्हणून आलोय झालं. एवढं काम करा. गरिबाचा आशीर्वाद घ्या.''

बसल्याबसल्या पाटील विचार करीत राहिले. 'कधीच अशी गोष्ट कानांवर आली न्हाई?' असं मनाशी उसनत त्यांनी सनद्यांच्या तोंडाकडे बघत विचारलं,

''काय रं बाबानू, काय भानगड ही?''

त्यांनाही नीट ठावठिकाणा अजून लागत नव्हता. एकमेकांना तोंडाकडं बघत हळू आवाजात खल सुरू झाला आणि मान फिरवून गोपाळ म्हणाला,

''बेलदार, नाव काय रं बाबा तुझ्या बायकूचं?''

''रादूबाई म्हनत्यात बगा.''

बेलदारानं नाव सांगितलं आणि हात दाखवून हरीबा म्हणाला,

"अगा गोपाळा, ती पवाराच्या मळ्यात एक रादूबाई होती बघ."

आठवल्यागत करून गोपाळा म्हणाला, "ती राधी व्हय. अगा, ती मग आता पवाराच्या मळ्यात कुठं हाय?" असं म्हणून त्यानं पाटलांना सांगितलं,

"सरकार, लागला ठावठिकाणा!"–

बेलदाराचं तोंड त्याच्या या बोलण्यानं उजळून गेलं. आधार लागल्यागत झाला आणि तो आपणहून खाणाखुणा सांगू लागला,

"सरकार, लांबुडक्या नाकाची हाय बघा. घवाळ रंगाची!" आणि एक बोट नाचवून तो म्हणाला, "हाय अशी शेलाटी." आणि गोपाळ हसून बोलला,

"शेलाटी का असतीया! मस्त गजग्यागत भरलीया. बघितलंस तर वळखून याची न्हाई."

"असं म्हनता?"

"व्हय, नजर लावून बघत ऱ्हाशील!"

आणि पाटलांनी विचारलं, "कोन रं गोपाळा? कोन रादुबाई ही?"

गोपाळा खाकरून सांगू लागला, "सरकार, आपल्या गुनपाल मगदुमाकडं एक गडी होता– राऊ जांबळ्या. त्या राऊ जांबळ्याचा कारबार हाय बघा ह्यो. ती बाई आता त्याच्याजवळ हाय बघा. खून पटली."

"राऊ जांबळ्यानं काढून आणलीया?"

"काढून कुठली आणतंय! अशीच गळ्यात पडलीया झालं त्याच्या."

पाटलांनी हुकूम सोडला, "जावा, आना जावा बलवून त्याला."

समद्यांना असा हुकूम सोडून पाटील बेलदाराला म्हणाले, "मग गा बेलदारा, बायकू घेऊन जानार आता?"

"आशेनं आलोय मालक. आपल्या पायांजवळ येऊन बसलोय. आता तुम्हीच माझ्या तोंडाकडे बघा आणि काय करायचं ते करा."

पाटलांनी हसून विचारलं, "अरं नांदती बाई आता काढून नेणार?"

बेलदारानं उलट सवाल केला, "आणि आमच्याजवळची नांदती बाई काढून आणली ती? लग्नाची बायकू हाय सरकार. काय कुठनं पळवून आणल्याली न्हाई की काय न्हाई. मी माझा हक्क का सोडावा सांगा की. सोडा म्हणत असशीला तर सोडतो आणि आलो तसा जातो."

"आगा, पर आता तिचा काय तुला फायदा?"

"त्याचं असं हाय सरकार. फायदा हायच की हो. हातावरची पोटं आमची. अहो, मी रोजी चार आणे मिळविलं तर ती तीन आणं तरी मिळवल का न्हाई? फायदा न्हाई कसं म्हणता?"

बेलदाराचा हा हिशेब पाटलांना नवा वाटला. संसाराचा त्याचा हा विचार ऐकून त्यांनाही कणव आली आणि राऊ जांबळ्याला बोलवायला सनदी बाहेर पडला.

* * *

जांबळ्याची वाट बघत सारी मंडळी तटस्थ बसून राहिली आणि थोड्याच वेळात जांबळ्या येऊन चावडीत हजर झाला. पाटील विचारू लागले, "काय गा जांबळ्या, रादुबाईची काय भानगड?"

"काय भानगड?"

"अरं, मी तुला इच्चारतोय. तू मला इच्चारू नगो. कुठली बाई हाय ती? लग्नाची बाईल हाय का तुझ्या?"

पाटील असे खडसावून विचारू लागले आणि मनात आडपडदा न ठेवता राऊ जांबळ्या बोलला, "खरं सांगू सरकार, रुपये दोनशे मोजल्यात बघा तिला."

"दोनशे रुपये मोजल्यात? कुठल्या बाजारास्न आणलायस काय रं तिला?"

पाटील संतापले आणि खरी घडलेली गोष्ट राऊ सांगू लागला,

"त्याचं असं झालं सरकार, ती अशीच एकानं आणलेली बाई हाय. पुढं आमचं संघाष्टन जुळलं. होता होता आम्हाला ती भाकरी करून वाढू लागली. आम्ही एकत्र राहू लागलो. आता ज्येनं काढून आणली होती, त्यो गप बसेना. वाद चालू झाला का!"

"हूं. आणि मग रं!"

"आत्ता ह्यो वाद मिटायचा कसा?"

"कसा मिटीवलास?"

"मग काय सांगितलं मघाशी? त्याला म्हटलं, बाबा ऐवज तुझा हाय हे खरं. चार पैसे घे आणि मालकी सोड बघू."

"आणि मग रं?"

"मग काय? एकाचं रीण काढलं. त्याच्या पदरात दोनशे रुपये आवळलं. त्याचा तो मोकळा झाला. आमचं आम्ही मोकळं झालो."

"त्यो बरा गप बसला?"

"सरकार, त्यो असाच हुता. सांगा म्हटलं तर नाव सांगतो. नागू पैलवानानं आणली होती बघा ती बाई. खरं सांगायचं म्हणजे त्यो असा गप बसायचा न्हाई. आमची हाडं काशीलाच जायाची. या पर त्यो पडला फरारी गडी. आज हिथं तर उद्या तिथं. अशात आपुन आला आणि त्याचा पाय ठरना झाला की. ते लागलं का डोंगार तुडवायला. मग ह्यो लोडणा घेऊन कुठं हिंडल? अशी ही सारी कथा हाय बघा. त्याची झाली आबदा, ती बाईबी झाली बेवारशी आम्हीबी हुतो उपाशी. असा सारा घोळ जमला. आणि आत्ताऽ जरा सुराला लागलंय म्हणनासा." आणि एवढं सांगून त्यानं हळूच विचारलं, "कुणीकडनं काय पत्त्या लागला ह्यो?"

"आगा, तिचा दाल्ला येऊन बसलाय की चावडीत."

आणि बेलदारान तोंड पुढं करून सांगितलं, "बाबा, माझी बायकू ती. घेऊन जायला आलोय."

राऊ जांबळ्या येडबडल्यागत बघत राहिला आणि चटकन् पाटलांनाच म्हणाला, "सरकार आत्ता तुम्हीच न्याय तोडा. काय करू सांगा!"

पाटील म्हणाले, "ती लग्नाची बायको. तिचा दाल्ला घेऊन जायला आलाय. मुकाट्यानं लावून द्यायला नको तुला? झालं एवढं रग्गड झालं. चोळी-लुगडं नेशीव आणि दे धाडून तिला."

"सरकार, दोनशे रुपये देऊन बसलोय की हो? ते रीण तरी जरा फिटू द्या."

"आगा, ते सांगून काय उपेग? का रुपयं द्यावंस तू? ह्यो दाल्ला ऐकून घील का?"

मान हालवत बेलदार म्हणाला, "छे:, छे:! का ऐकून घ्यावं आम्ही? बायकू एकाची. इकणार एक. घेनार एक. वाव्वा, काय कारभार! आम्ही आमच्या पदराला का खार लावून घ्यावी सांगा की, काय सरकार?"

एक घाव दोन तुकडे केल्यागत राऊ जांबळ्या म्हणाला,

"सरकार, त्याचंबी ऱ्हाऊ द्या, आमचं बी ऱ्हाऊ द्या. मधनं कंडका पाडा. दोनशे तिथं शंभर द्यायला सांगा. तेवढाच कानाला खडा लावून गप बसतो. शंभर रुपये अक्कलखाते जमा करून बायकूवर पाणी सोडाया मी तयार हाय बघा."

पाटलांनी विचारलं, "हैस तयार?"

"शंभर रुपये देत असला तर हाय तयार."

बेलदारकडे बघत पाटलांनी विचारलं, "तुझं काय म्हन्नं बाबा, देतोस शंभर रुपये?"

"तेवढी ऐपत असती तर सरकार मग दुसरं लगीन केलं नसतं का मी? आणि मग आजपतुर गप तरी का बसलो असतो? तुमच्या पायांजवळ आलोय, आशा धरून आलोय. लाथाडा न्हाईतर जवळ करा. कायबी करा. ह्याउप्पर काय सांगू आणि? माझ्याजवळ काय एक पैसा खर्चायची ताकत इथं न्हाई बगा."

बेलदार पाटलांच्या तोंडाकडं आशेनं बघत राहिला आणि खदखदा हसून पाटील म्हणाले, "पैसा खर्चायची ताकद न्हाई म्हणतोस?"

"सरकार, तुमच्या नावाचा डंका ऐकून आलोय. आल्यासारखा काय तरी उपेग व्हावा."

आणि पाटलांनी हुकूम सोडला. "गोपाळा, जा. ह्याच्या बायकूला चावडीत आण जा."

गोपाळा निघून गेला आणि राऊ जांबळ्याला फैलावर घेऊन पाटील त्याला शिव्या देत राहिले आणि जांबळ्या बिचारा मनात तळमळत राहिला. एक पै न देता हा गडी आता बायकू घेऊन जाणार या गोष्टीचा त्याला चटका बसला. पडू नये

त्या फंदात आपण का पडलो असा विचार मनात येत राहिला आणि थोड्या वेळातच राधाबाई आपल्या दोन पोरांना घेऊन चावडीत येऊन हजर झाली. तिच्याकडं बोट करून पाटलांनी बेलदाराला विचारलं,

"बाबा, हीच का तुझी बायकू? पटती का वळख?"

मान फिरवून बेलदार टकाटका बघत राहिला आणि मुंडी हालवून पाटलांना म्हणाला, "सरकार, दिल्या तसदीबद्दल माफी असावी. आलो तसा निघून जातो!"

बघता बघता बेलदार उठून उभा राहिला आणि हात जोडून म्हणाला, "रामराम, येतो आता."

–आणि पायऱ्या उतरून तो एकटाच खाली निघाला. तशी पाटलांनी हाक मारली आणि म्हटलं,

"काय झालं रं? का निघालास?"

पुन्हा एकदा मागं फिरून बेलदार जवळ गेला आणि हळू आवाजात पाटलांना म्हणाला, "सरकार, ही परवडायची न्हाई!"

"का परवडायची न्हाई?"

"न्हाई परवडायची."

"अगा, तुझीच बायकू न्हवं ती?"

"व्हय सरकार माझीच बायकू हाय."

"आणि मग सड्या हातानं का निघालास रं?"

एखाद्या विचारी माणसागत तो सांगू लागला, "मालक, मी काय हिशेबानं आलो हुतो–"

"काय हिशेबानं आला हुतास?"

"यावं. आपली बायकू घेऊन जावं. काढून आणल्याली का असेना, मागलं सारं विसरून जावं. का? तर मी चार आणं मिळवील– ती तीन आणं तरी मिळवील. तेवढंच संसाराला हुईल." येवढं बोलून तो थांबला.

आणि पाटलांनी विचारलं, "आणि मग ती काय मिळवत न्हाई म्हनतीया काय रं आता? आणि मोडता कशापायी घालतोस?"

"ती मिळवल हो. पर ते परवडायला नको का? ती दोन तानी पोरं घेऊन आली संगं म्हंजे कुठं संभाळू त्यास्नी? दोन लेकरं झाल्यात तिला. ऱ्हाऊ द्या सुखांत हितंच. मी बघीन काय तरी." असं म्हणून बेलदार मागं वळला आणि पाठ फिरवून उभा राहिला. भोवतीभर नजर टाकून म्हणाला,

"अन् हे गाढव आणि कुठं गेलं? का गेलं ते बी पळून?"

■

कावळा

दोन दिवस बंद असलेली काका देसायांच्या वाड्यातील चूल आज पेटली होती. शेजारपाजारच्या बायकांनी स्वयंपाकघर भरून गेलं होतं.

लांबचे पै-पाहुणे सकाळपासून येत होते. भावकीतले लोकही सारे गोळा झाले होते. निम्म गाव वाड्याकडं लोटलं होतं. वाडा माणसांनी भरून गेला होता. कोण सोप्यात अंथरलेल्या जाजमावर बसलं होतं. कोण चौकात टेकलं होतं. बसल्या जागी सारी गप्प बसून होती. क्वचित खालच्या आवाजात बोलणं ऐकू येत होतं. स्वयंपाकघरात मात्र तापद्रा उडाली होती आणि अंगभर विभूतीचे पट्टे दिसणारे स्वामी घाईनं आत-बाहेर करीत होते.

दुपारचे बारा वाजले तसे खाली मान घालून बसलेले काका मान वर करून स्वामींना म्हणाले, ''लोक तिष्ठत बसल्यात.''

धोतराच्या सोग्यातली फुलं एका ताटात ओतीत स्वामी बोलले, ''झालंच आता– होत आलंय.''

बसल्या जागी मंडळींनी हालचाल केली. कोणी मुडपलेला पाय वर केला. कोणी मान वर करून पाठीला ताण दिला. अंग सलाम करून मंडळी पुन्हा वाट बघत बसली.

बारा वाजून गेले तरी आतलं आवरेना तसे काका उठले. सोप्यातनं स्वयंपाकघराच्या तोंडाशी गेले. ते न बोलताच त्यांची सूनबाई दाराशी आली आणि हळू आवाजात

म्हणाली, "झालंच- निघायचंच आता."

काही न बोलता ते माघारी वळले आणि त्यांची पावलं अडखळली. ते थोडा वेळ विचार करीत उभे राहिले. सूनबाई अजून दाराशीच उभी होती. खाली भुईवर नजर खिळवून काका म्हणाले, "काय करायचं इसरू नको."

"न्हाई, सारं आवडतं ते तयार केलंया."

"आणि हे बग–"

"काय?"

"आजारपणात तिला कोको आवडत होता– सारखा कोकोच करून द्या म्हणायची."

"व्हय, बरी आटवण केलीसा."

"व्हय, तेवढा तिचा आवडता पदार्थबी घे करून."

सूनबाई आत वळली आणि काका तिथंच घुटमळत राहिले. स्वामी घाईने बाहेर आले आणि बसलेल्या मंडळींना म्हणाले, "झालं, चला निघायचंच आता."

लोक उठले. हळूहळू बाहेर पडू लागले, काका पुन्हा स्वयंपाकघराच्या दाराशी गेले. इस्तारीवरच्या सगळ्या पदार्थांचे निरीक्षण स्वतःच्या डोळ्यांनी करून ते म्हणाले, "सूनबाई, द्रोणात कोको घेतला हे बरं झालं. बाकीचं सारं सांडगंपापड बी घेतलं खरं–"

अंगावरचा पदर सावरून काळजीच्या सुरांत तिनं विचारलं, "काय इसारलं व्हय?"

"माईन मुळ्याचं लोंचं कुठं दिसत न्हाई?"

"अगंबाई व्हय की, ते इसारलंच." असं म्हणून गडबडीनं ती आत गेली. आणि घाईघाईनं लोणचं घेऊन बाहेर आली. माईनं मुळ्याचं लोणचं पाहून काका म्हणाले, "माईन मुळ्याच्या लोंच्याचीच तिला लई आगत!"

"आणि काय इसारलेलं न्हाई न्हवं?"

"आता आणि काय इसारलंय?" असं म्हणून ते वळले आणि त्यांच्या आज्ञेची वाट पाहत उभ्या असलेल्या स्वामींना म्हणाले,

"चला, निघायचं आता."

"व्हय निघूयाच." असं म्हणून त्यांनी सारं साहित्य हातांत घेतलं आणि ते बाहेर पडले. स्वामी तयार होऊन बाहेर आले. पै-पाहुणे, भाऊबंद सारे रस्त्याने चालू लागले. चौकात आलेले काका पुन्हा माघारी वळले आणि स्वयंपाकघराकडे तोंड करून म्हणाले, "आता इनाकारणी घोळ घालत बसू नका. चला, भाईर पडा बघू."

कोणीतरी तोंड पसरलं होतं ते बंद झालं आणि काकांनी पुन्हा तगादा लावला, "चला आटपा बघू. आवरा आवरा लवकर."

बायामंडळींची आवराआवर सुरू झाली तशी सूनबाई पुढं येऊन म्हणाली, ''आमचं आवरलं खरं– ते अजून बसल्यात न्हवं!'' काका जोता चढून वर आले आणि गुडघ्यांत मान घालून बसलेल्या आपल्या पोराला म्हणाले,

''गणा, ए गणा, ऊठ की रं. अर स्वामी भाईर पडलं न्हवं.''

काकांच्या बोलण्यासरशी गणाला हुंदका फुटला आणि मान वर करून तो म्हणाला,

''अप्पा, कशी माती सावडायची?''

डोळ्यांला धोतराचा सोगा लावून काका म्हणाले,

''गणा, ऊठ बाबा लहान पोरागत असं रं का? तरणा ताठा गडी तू! तू मला आधार द्याचा का मी तुला?''

हुंदक्यांनी दाटलेला गणा बोलला, ''अप्पा, अजून अक्का आली न्हाई आणि आपुन कसं जायचं?''

''तार करून बी आली न्हाई– लांबचा मुलुख! काय घोटाळा झालाय कुणाला दक्कल!''

''तिची वाट बघायची न्हाई?''

त्याच्या काखेत हात घालून काका म्हणाले, ''ऊठ, खुळ्या तिची याची येळ मिरली आता. तिच्या नशिबात न्हाई त्याला काय करायचं!''

उठून उभा राहत गणा बोलला, ''तार मिळाली नसंल, का गाडी गावली नसंल?''

''आता काय कळायला मार्ग हाय?'' असं म्हणत काका म्हणाले, ''चल बघू. चूळ भरून भाईर पड.''

जड मनानं गणा उठून आत गेला. चूळ भरून तो बाहेर आला. बायकांचा घोळकाही स्वयंपाकघरातून बाहेर पडला. सगळे न बोलता खिन्न मनानं चालू लागले. खालमानेन लोक मळ्याच्या वाटेला लागले आणि मुंगीसारखी एक लांबच्या लांब रांग पांदीला दिसू लागली. सगळे सगेसोयरे गोळा झाले होते, पण काकांची एकुलती एक लेकच तेवढी मागे राहिली होती. चालता चालता काका थांबले आणि पोराच्या खांद्यावर भार टाकून चालू लागले.

दुपारचे बारा वाजून गेले होते. उन्हाचा ताव वाढला होता. अनवाणी पायांना चटके बसत होते. लोक झपाट्यानं चालले होते.

मळा आला तसे लोक थांबले. घोळक्याघोळक्यानं उभे राहिले. मागे राहिलेल्या बायकाही आल्या. शे-पन्नास माणूस मळ्यात गोळा झालं.

सारे गोळा झाले तसे स्वामी गोरीजवळ गेले. काकाही पोराला घेऊन पुढं झाले. जवळची आप्तमाणसं शेजारी उभी राहिली. स्वामींनी विधिपूर्वक पूजा केली

आणि मागे वळून ते काकांना म्हणाले, "फूल वाहून नमस्कार करा."

काका पुढं गेले. थरथरत्या हातांनी त्यांनी फूल वाहिलं आणि हुंदका गिळून ते बोलले,

"सौभाग्य मरण आलं– तुझं सोनं झालं! मला मागं ठेवून तूं फुडं गेलीस... काय काळजी करू नको..."

कावळ्यांची कावकाव ऐकून त्यांनी एकवार वर पाहिलं. जवळच्या झाडावर दहा-पंधरा कावळे गोळा झाले होते. समाधानानं त्यांच्याकडे बघून ते म्हणाले,

"काय झटक्यानं आलायसारं!"

काका मागे वळले आणि पोराला म्हणाले, "जा पाया पड आणि सांग कशाची काळजी करू नको म्हणून."

गणा पुढं गेला आणि एकाएकी कोलमडून खाली पडला. 'आई गेलीस तू' असं म्हणून खालची माती चाचपू लागला. तसे सगळ्यांचेच डोळे पाण्यानं भरून आले. बायकांनी पदर डोळ्याला लावला आणि माणसं धोतराचा सोगा डोळ्याला लावून उभी राहिली.

गदगदून गेलेले काका धीर करून पुढं गेले. गणाच्या पाठीवर हात फिरवीत म्हणाले, "असं करूने बाबा. ते बघितलंस कावळं कसं कावकाव कराय लागल्यात. काय तिची आशा कशात आडकल्याली न्हाई."

इतर आप्तमंडळीही पुढं आली आणि आपापल्या परीनं समजावून सांगू लागली. गणा भानावर आला. उजव्या हातानं त्यानं फूल वाहिलं. आडव्या पडलेल्या उदकाड्या त्यानं सरळ रोवल्या आणि दोन्ही हात जोडून तो गलबलल्या स्वरानं म्हणाला, "काय कशाची काळजी करू नको. तुझ्या नातवाला तो शिकंल तितकं शिकवीन. पोरीला चांगलं घराणं बघून देईन..."

गणा मागे आला. काकाजवळ जाऊन खाली मान घालून बसला. इतर सारे नातेवाईकही पाया पडून बाजूला झाले. कावळे भुजू नयेत म्हणून सारे लांब जाऊन बसले. कावळा शिवायची वाट बघत राहिले.

दहा-पंधरा तिथं वीस-पंचवीस कावळे झाडावर जमा झाले. थव्याथव्याने ते गिरक्या घेत राहिले. कावकाव करून त्यांनी रान उठवले. लांबलांबच्या झाडावरचे कावळेही भराभर गोळा झाले. गोरीजवळचं झाड कावळ्यांनी भरून गेलं. कावकाव करून त्यांनी सारं रान दणाणून सोडलं. आता हां हां म्हणता कावळा पिंडाला शिवणार असं वाटूं लागलं. साऱ्या माणसांचं लक्ष तिकडेच लागून राहिलं. लोक वर मान करून बघत राहिले.

डोक्यावर विमानं फिरवीत तसे कावळे आकाशात फिरू लागले. कळपा कळपानं झडप घेऊन खाली येणारे कावळे पिंडापर्यंत येऊन पुन्हा वर जाऊ लागले.

घटका दोन घटका हाच खेळ सुरू झाला तसं काकांच्या तोंडचं पाणी पळालं. गणा बेचैन होऊन गेला. इतर मंडळी आश्चर्यचकित होऊन गेली.

गोरीकडं बघत बसलेल्या काकाला एकजण म्हणाला, ''काय बघत बसलाय? खुळं तर न्हाईसा! आशा अडकलीया न्हवं म्हातारीची–''

म्हातारीची आशा का मागे रेंगाळावी, हे काकांना कळेना झालं. चितागती होऊन काका खाली मान घालून बसले. एवढ्यात 'कावळा आला - आला' असं कोणी तरी म्हणालं. काकांनी मान वर करून पाहिलं. झडप घेऊन खाली आलेला कावळा पिंडाभोवती दोन गिरक्या घेऊन पुन्हा वर उडून गेला.

ते बघून एकजण म्हणाला, ''काय गम्मत हाय! रानात भाकरी खायाला बसलं तर फुड्यांतली भाकरी पळवून न्हेत्यात आणि आता कसं कोडं पडलंय बघा की त्यास्नी!''

पाचपन्नास कावळे गोळा झाले होते, पिंडाभोवती घेऱ्या घालत होते; पण त्यातला एकही कावळा पिंडाला शिवायला धजत नव्हता. गोरीवरचं अन्न तसंच उघड्यावर पडलं होतं. आशेनं गोळा झालेले कावळे नुसते काव काव करीत फिरत होते. जीव न राहवून खाली झडप घेत होते आणि पुन्हा लांब होत होते.

काकांना उठवत कोणी तरी म्हणालं, ''जावा, तिचा जीव लेकीत अडकलाय. जीवमान असुस्तवर तिला काय कमी करणार न्हाई म्हणून सांगून या जावा.''

काका उठले. गणालाही बरोबर घेऊन गोरीजवळ गेले. हात जोडून खाली वाकले आणि म्हणाले, ''बाई, जशी तुझी लेक तशीच ती माझीबी लेक हाय. माझा जिवमान असुस्तवर तिला अंतर देणार नाई. आता मोकळं कर बघूं आम्हाला– का कोडं घातलंयास असं?''

काकांचं बोलून झालं तसा गणाही खाली वाकला. हात जोडून म्हणाला, ''आई, मागं कोंची आशा ठेवू नको. दर दिवाळीला मी अक्काला बोलावून आणीन. आई गेली असं तिला मी वाटू देणार न्हाई...''

एवढ्यात कोणी तरी म्हणालं, ''लेक आली– तिची लेक आली!''

काकांची लेक पळत येताना लांबनं दिसत होती. तिच्या मागं तिचा पाच-सहा वर्षांचा मुलगाही पळत होता. लोक मागं वळून बघू लागले. ती ऊर बडवत धावत येऊ लागली. ती जवळ आली तशा बसलेल्या बायका उठून तिच्या समोर गेल्या. एकीमेकीच्या गळ्यांत पडून रडू लागल्या. वडीलधारी मंडळी दटावू लागली तसा आक्रोश बंद झाला. तोंडाला मिठी मारून लेक पुढं आली आणि गोरीजवळ उभी राहून मोठ्यानं म्हणाली, ''मला तोंडबी नदरं पडलं न्हाई की गं तुझं! माझी भेटगाठ न घेताच गेलीस!''

कोणी तरी समजावून सांगू लागलं, ''कशी जाईल? तुझी वाट बघत थांबलीया

न्हवं मगाधरनं. पाया पड आणि जीव मोकळा कर बघू तिचा.''

ती काकाकडं वळली आणि त्यांच्या खांद्यावर पडून म्हणाली,– ''अप्पा, आई कुठं गेली हो माझी? कशी गेली मला सोडून? आता कुणाला आई म्हणू मी?''

काका धीर करून म्हणाले, ''गेली बाई आई तुझी, पर आता अवघड मानू नगो. तुलाच ती पाहिजे होती आणि आम्हाला नको होती असं हाय का? पाया पड आणि तिची सुटका कर बघू.''

एवढ्यात हुंदका देऊन गणा म्हणाला, ''आई, तुझी वाट बघत बसलीया गं आका!''

गणा हुंदके देऊन रडू लागला तसे सगळे त्याच्याभोवती जमा झाले. त्याला घेऊन लांब गेले. पाया पडून लेकही बाजूला जाऊन बसली. काका मागं वळले. आवाजानं कावळे बुजू नयेत म्हणून सगळे गप बसून राहिले. मागे राहिलेली लेकही आता आली होती. तिचा नातूही आला होता. आता एवढ्यात कावळा शिवेल असं वाटत होतं. घोळक्या घोळक्यानं लांब असलेले लोक कावळ्याकडे नजर लावून बसून राहिले.

पाच-दहा कावळ्यांचा एक कळप झडप येऊन खाली उतरला. गोरीपासून एक हातावर येऊन थांबला. लोकांच्या नजरा त्याच्यावर रोखून राहिल्या. टुक-टुक मान हलवत कावळे तिथंच बसून राहिले. दोन्ही पायावर पुढंमागं होऊ लागले. धीर करून एखादा कावळा पुढं जाई आणि पुन्हा उडून मागं येई. लोक श्वास रोखून बघत राहिले आणि खाली उतरलेले कावळे गोरीभोवती चकरा मारून वर उडून गेले. झाडावरचे कावळे कावकाव करून ओरडू लागले. चिमुकली काळी विमानं डोक्यावर तरंगू लागली. त्यांचे ताफेच्या ताफे खाली येऊन वर जाऊ लागले. झडप घेऊन वर येणारे कावळे गोरीला घसटून जाऊ लागले; पण पिंडाला धक्का लागेना झाला. पावसाळी ढग भरून यावेत तसं आकाश कावळ्यांनी भरून गेलं. कावकाव करून गिल्ला उडाला; पण कावळा शिवेना झाला.

दुपार टळून गेली. मातीला आलेले लोक कंटाळून गेले. कावळा शिवत नाही हे नक्की होऊन गेलं. सारे उपाय करून झाले होते; म्हातारीची आशा कशात अडकली होती हे कुणालाच कळत नव्हतं. सारी नातीगोती गोळा झाली होती. लोक पाया पडून पडून येत होते. ज्याला जे सुचेल ते तो सांगत होता. कोणत्याही गोष्टीची अशा मागं रेंगाळू नये म्हणून सुचतील त्या साऱ्या गोष्टी बोलून दाखवायचं शिल्लक राहिलं नव्हतं. म्हातारीला कोणत्या गोष्टीचं कोडं पडलं होतं हेच समजत नव्हतं.

दिवस फिरला तरी कावळा शिवला नाही. अखेर स्वामींनी कणकीचा कावळा करून तो पिंडाला लावला आणि लोक घरोघर परतले.

देसायांचा वाडा अधिकच उदास दिसू लागला. अवघडल्या मनानं लोक विचार करीत राहिले. कावळा शिवला नाही ही शंका मनातनं जाईना झाली. म्हातारी गेली, पण मागं कोडं टाकून गेली. काकांना काही धड सुदरेना झालं. त्यांचं मन बेचैन होऊन गेलं. कोणासंगं एक शब्द ते नीट बोलेना झाले. त्यांना हा चटकाच बसला. म्हातारीनं असं का केलं हे त्यांना कळेना झालं. तक्क्याला पाठ लावून जे काका बसले, ते जागचे हालेना झाले, धड तोंडानं काही बोलेनाही झाले. ही एक नवी काळजी उत्पन्न झाली आणि लोक त्यांच्या भोवती बसून राहिले. दिवस मावळला. कडुसं पडलं. दिवेलागण झाली; तरी काका तसेच बसून राहिले आणि काही बोलेनाही झाले. सगळ्यांना हा एक घोर लागून राहिला. रात्र झाली. काही मंडळी उठून गेली. मोजकी माणसं तेवढी बसून राहिली.

घरातली काळजी वाढत चालली, तसा जुगळ्याकाका खाकरून दटावणी देत म्हणाला, ''काय म्हणायच हे काका? ह्याला काय लई शानपना म्हनत्यात व्हय? असं कराय् लागला तर मग ह्या पोरानं कुनाकडं बघायचं? काय, तोंड उघडून बोला बघू.''

वयस्कर जुगळ्याकाकानं खॅस मारली तसा थोडा परिणाम दिसून आला. अंगाची हलवाहलव करून काका नीट बसत म्हणाले, ''का असं झालं काय समज नाऽऽ– जिवाला चटकाच बसला बघा! मागं आशा ठेवून जायाला काय कारण हो? एकुलती एक लेक ती चांगल्या घराण्यात पडली. एकुलता एक मुलगा त्यो चांगला कर्तासवरता झाला. ह्या पोरास्नी पोरं झाली. त्यांची तोंडं बघितली. बरं, घरांत कोंच्या गोष्टीचा तोटा हाय? सावसावकारी, धानधुन्य, जमीनजुमला, पैसाअडका ह्या कोंच्या गोष्टीची कमतरता हाय सांगा की?....''

देसाई तोंड उघडून जे बोलाय लागले, ते त्यांचं बोलणं संपेना झालं. बोलणं आटपायचं लक्षण दिसेना तशी जुगळ्याकाकानी पुन्हा खॅस मारली,

''काका, आता तोंड आवरून गप पडायचं बघा.''

''कसं पडायचं?''

''कसं म्हणजे तसंच गप पडून ऱ्हायाचं. लईबी घोर बरा न्हवं.''

''न्हवं, तिची आशा कशात अडकावी हे सांगा की.''

''सांगू?'' असं म्हणून जुगळ्याकाका मान हलवत बघत राहिला, तशी बसलेली सारीच मंडळी जुगळ्याकाकाच्या तोंडाकडं टक लावून बघत राहिली. लांब बसलेला जुगळ्याकाका रांगत पुढं आला. खाली बघून काका देसायाच्या खांद्यावर थोपटत म्हणाला, ''माती सावडायला कवा एवढं माणूस गोळा झालेलं बघितलं होतं का? निम्मं गाव मातीला आलं होतं.''

टेकू देत एकजण म्हणाला, ''तर हो, मायंदळ माणूस आलं अन् काय!''

पुन्हा खांद्यावर हात थोपटत त्यानं विचारलं, ''का माणूस एवढं गोळा झालं? व्हय?''

काका देसाई तोंडाकडे बघत राहिला आणि जुगळ्याकाका म्हणाला, ''तुम्हाला काय त्यांतलं म्हाईत हाय! म्हातारीनं गाव राखलं होतं. लोकांची येळप्रसंग जाणत होती. आंतल्या अंगानं हे कुणाकुणाला आणि किती दिलंय ह्याचा काय दूम हाय का तुम्हाला?''

नवा प्रकाश काकांच्या डोळ्यांत पडत होता. काका सावरून बसले. त्यांचा आवाज मोकळा झाला. मान वळवून त्यांनी मोठ्यानं हाक मारली,

''सूनबाई, जरा हिकडं या बघू.''

सूनबाई येऊन दाराच्या तोंडाशी उभी राहिली. काकांनी एकवार त्यांच्याकडं नीट बघून घेतलं आणि विचारांची जुळणी मनाशी करीत खाली बघूनच त्यांनी विचारलं, ''तुमच्या सासूबाईचे देण्याघेण्याचे व्यवहार होत होते का?''

एकवार वर बघून पुन्हा सूनबाईनं मान खाली घातली आणि आतल्या आत एक गुटका गिळला. काकांनी मान वळवून बघितलं आणि बरोबर अंदाज बांधून प्रश्न टाकला, ''धान्याच्या थप्पीच्या थप्पी घरात हैत. त्यांतलं शेर-अडीशिरी-पायली कुणा अडल्या नडल्याला देत होत्या काय?''

हळू आवाजात सून पुटपुटली, ''द्याच्या कवा तरी.''

डोळे मिचकावून काका म्हणाले, ''हा, असं बोला.'' आणि हातवारे करून इतर मंडळींना सांगू लागले, ''अहो, कज्जाखोकला ह्या तापद्यांत सदा आम्ही असणार. आतल्या अंगानं जर असं देणंघेणं होत असलं तर त्यातलं आम्हाला काय कळणार?''

जवळ येऊन बसलेला जुगळ्याकाका पुन्हा रांगत रांगत लांब जात म्हणाला, ''बरोबर हाय. माझ्या कानी आलं ते बोलून दावलं. कुणाकुणाकडं तरी पैसा अडका अडकलाय बगा.''

काका एकाएकी तापले आणि सूनबाईकडे बघून मोठ्यानं म्हणाले, ''व्याजाचा एक पैसा बुडाला तर आमच्या जिव्हारी लागतो. कज्जासाठी वर्षानुवर्षं कोर्टात हेलपाटं घालतो आणि मागच्या अंगानं हे असं भगदाड पाडलंय व्हय? आता कुणाला किती दिलंय हे तर काय तुम्हाला म्हाईत हाय का?''

सूनबाईनं नकारार्थी मान हलवली तसे काका गरजले, ''आंधळं दळतंय आणि कुत्रं पीठ खातंय अशांतली गत हाय म्हणायची! जावा, आत जावा. काम झालं तुमचं.''

सून आत निघून गेली. काका विचार करीत राहिले. जुगळ्या मान हालवत बसला. सारं वातावरण चमत्कारिक होऊन गेलं. कोणी खाकरेनासुद्धा झालं. विचार

करीत बसलेले काका एकदम उसळून म्हणाले, "कुणाला काय उचलून दिलं असलं तर आता कळायला काय वाव हाय हो! आणि आपुनहून कोण आणून देणार हाय!"

"कोण आणून देतंय -" असं म्हणून जुगळ्याकाका बोलला, "न सांगता सवरता म्हातारी गेली. तिची आशा या धनात अडकलीया बघा."

"झाकून व्यवहार केलेला, सांगणार कशी? बोलायची चोरीच झाली की हो तिची. धनावर आशा ठेवून गेली आणि कसा कावळा शिवणार?"

काका घोर विचारात पडले. गोरगरिबांची नावं त्यांना आठवू लागली. आता कुणाला कसं विचारावं, हा पेच त्यांना पडला. काका विचार करीत बसले आणि मान हालवत बसलेला जुगळ्याकाका खाकरून म्हणाला,

"कुठं काय पुरूनबिरून ठेवलं असलं तर तीबी एक पंच्यातीत बघा."

काका कपाळ धरून बसून राहिले. कमी न होता एकेक नवी चिंता निर्माण होऊ लागली.

रात्र बरीच झाली तशी मंडळी उठून गेली. "जावा पडा जावा आता." असं म्हणून जुगळ्याकाकाही काठी टेकत निघून गेला. वाड्याचा दरवाजा बंद झाला. सगळीकडे सामसूम झाली. काकानीही पाठ अंथरुणाला लावली; पण त्यांचा डोळा मिटेना झाला. मध्यानरात्र झाली. गस्त फिरून गेली. पण काकांना झोप काही लागेना झाली.

पहाटेचा कोंबडा आरवला, तसे ते उठून बाहेर आले. तारवटल्या डोळ्यांनी उगीचच येरझाऱ्या घालीत राहिले. मनाला चैन पडेना आणि वेळ जाईना म्हणून हातात तंबाकूची मिश्री घेऊन चोळत राहिले. चोळून चोळून मिश्री बारीक केली आणि दातावर बोट फिरवत ते जोंधळ्याच्या थप्पीकडे बघत बसले.

दिवस उगवून वर आला. माणसांची वर्दळ सुरू झाली. काठी टेकत येताळा महार आत आला. तक्क्याला टेकून बसलेल्या काका देसायांना मुजरा करून रिंदिशा चेहऱ्यानं खाली बघत राहिला. वर न बघताच डोळ्यांत पाणी आणून म्हणाला.

"मी राच्चं आलो आणि आई गेल्यालं कळलं, राच्चंच येनार-पर राच्चं तरी कसं यावं?" असं म्हणून तो खाली पायरीजवळ बसला, दोन पायांवर अवघडल्यागत बसून बोलूं लागला, "आई होत्या– आम्हाला आधार होता बघा."

"आधार होता तर!" असं म्हणून काका त्याच्याकडे नजर रोखून बघत राहिले.

येताळा खरोखरच गहिवरला होता. त्याच्या तोंडातनं शब्द फुटत नव्हता. वर बगवत नव्हतं. थोडा वेळ असाच गेला आणि धोतराची गाठ सोडत तो बोलू लागला, "रविवारीच हे घडलं आन् त्याच दिशीं मी म्हस घेऊन कोल्हापूरला गेलो.

तिथं इकली न्हाई म्हणून तसाच सोमारी वडगावला गेलो. पैसं संगं घेऊन राच्चं तर कसं निघणार? काल तिथनं निघालो. राच्चं घरात आलो तर ही बातमी!'' असं बोलून त्यानं तोंडानं एक सुस्कारा सोडला आणि धोतराच्या गाठीत बांधलेल्या दहा- दहाच्या पांच नोटा वरच्या पायरीवर ठेवल्या. म्हणाला, ''गुदस्ता पोराच्या लग्नात घेतलं होतं. देणारी माऊली गेली!'' असं म्हणून हात पसरून उभा राहिला. काकांनी पुढं वाकून नोटा हातात घेतल्या. एकदा सोडून दोनदा मोजून बघितल्या आणि मुठीत नोटा धरून ते म्हणाले,

''येताळा, पन्नास हैत.''

''व्हय जी.''

''बाकीचं रं?''

येताळा येडबडला आणि वर मान करून बघत राहिला. तसे काका म्हणाले, ''आणि काय फिरत्यात जणू की.''

''न्हाईची मालक. येळला मिळालं होतं. आम्ही बैमानी कशी करूं बरं?''

त्याच्याकडे न बघताच काका म्हणाले, ''आता कुणाला ठाऊक खरं न् खोटं! तुम्ही म्हणाल ते खरं.''

''असं कसं बरं मालक!''

''तसंच रं ते. तूं आपुनहून पन्नास तरी आणून दिलंस, पर बाकीच्यांचं काय?'' असं बोलता बोलता काका तापले आणि एकजात साऱ्यांना शिव्या देत म्हणाले, ''आयला तुमच्या, 'आई' गेल्याचं दुःख होतंय् व्हय रं तुम्हाला! बरा कळवळा येतोय की रं!''

■

वावटळ

उन्हाचा चटका कमी झाला, थोडा गलबललं गलबललं आणि घुंई ऽ ऽ घुंई ऽ ऽ असा वाऱ्यानं धरलेला सूर ऐकू येऊ लागला, तसा चालता कुळव थांबवून संभा बघत उभा राहिला.

वरच्या अंगानं आभाळ भरून आलं होतं. सूर्य ढगाआड जाऊन दिसत नव्हता. दोन-चार कावळे तेवढे पतंगागत उंच आकाशात तरळत होते आणि धुरळा उडवत मोटार जवळ यावी तसा वारा जवळ येत होता. बारीक झुळका अंगाभोवती खेळत होत्या. रानचा पालापाचोळा जागा सोडीत होता. झाडांची तुटणारी पानं गिरक्या घेत खाली येत होती. पुन्हा वाऱ्यानं उडून लांब जात होती. माती शिरून डोळे गपागप झाकत होते.

बघता बघता सोसाट्याचं वारं जवळ आलं आणि स्वत:भोवती फेर धरून शिवारात उभं राहिलं.

चक्री वारं शिवारात शिरलं आणि मग कुळव थांबवून उभा राहिलेल्या संभानं मान फिरवून मागं बघितलं. रानात सड गोळा करीत असलेली त्याची म्हातारी अंगाचा मुटका करून जमिनीला चिकटल्यागत बसून राहिली होती. तिच्याकडं बघत संभानं हळी दिली,

"अग आए आए ऽऽ ए ऽऽ डक्"

डोळ्यांवर पदर धरून आणि मान खाली घालून बसलेली म्हातारी त्या हळीसरशी वर मान करून म्हणाली, "ओ...ओ ऽऽऽ"

"अग आए ऽऽ आए ऽऽ वारं सुटलयगे. फुरं कर आता काम. घरला जागे ऽऽ"

यावर ओ न देता म्हातारी पुढं बघून आपल्या कामाला लागली. खाली बघून सड गोळा करीत राहिली. तशी पुन्हा हळी देत संभा म्हणाला, "अग आ ए ऽऽ उठतीस का न्हाई आता? आभाळ आलंय गे ऽऽ पावसानं फळी धरलीया ऽऽ ए ऽऽ"

पोरगं सारखी हळी देत राहिलं तशी म्हातारी जागची उठली. कमरेत वाकून उभी राहिली आणि तोंडावर हाताचा पंजा उभा धरून किनऱ्या आवाजात बोलली,

"अरं संबा संबा ऽऽ क्. एवढी कड लावतीरं धरलल्याली ऽऽ"

"ए ऽऽ कड लावणारे ऽऽ अग पावसावाऱ्याचं जा की घरला ए ऽऽ"

"संबा संबा ऽऽ तू कुळव सोडल्यावर मिळून जाऊ रं संग ऽऽ"

उभी राहिलेली म्हातारी एवढं बोलून खाली बसली आणि आपल्या कामाला लागली. आता काय करावं म्हणून संभानं तिचा नाद सोडून पुन्हा आपला कुळव सुरू केला आणि एकाएकी आभाळ गडगडलं. हातातले कासरे मागे खेचून तो उभा राहिला आणि मान उचलून वर आभाळाकडं बघू लागला. कानावर म्हातारीची हळी आली, "संबा संबा ऽऽ इज व्हाय लागलीया रं पोरा. कुळव सोडून चल घरला."

वरतीकडनं आभाळ अंधारून आलं. अंगावर भोवरा उठल्यागत मध्येच थरथरू लागलं. गडगडाट ऐकू येऊ लागला. वारा आडवातिडवा झोंडू लागला. पावसाचा काही नेम राहिला नाही. बघता बघता थेंब येतील, वादळी वारा सुटेल म्हणून संभानं कुळव सोडला आणि बैलांना घेऊन तो खोपीकडे निघाला. जाता जाता तो म्हातारीला म्हणाला,

"आए, ते सड ऱ्हाऊद्यात तिथंच कोन चोर घेऊन जात न्हाई त्याला. तू जा आपली घरला. वाऱ्याचा– पावसाचा काय नेम न्हाई तू लाग बघू पांदीला."

काम सोडून उभ्या राहिलेल्या म्हातारीनं विचारलं, "आणि तू रं बाळा?"

"बैल बांधून मीबी येतो मागनं. तूं हो ह्या पांदीनं. मी येतो त्या पांदीनं. लाग बघूं वाटंला."

एकवार आभाळाकडं बघून म्हातारी चालू लागली. घरला जायला खालच्या पांदीकडं निघाली. जाता जाता फिरून दोनदा तीनदा म्हणाली, बैलं बांधून लवकर एरं पोरा. वादळीवाऱ्यात बसू नगो रानात."

म्हातारी आपल्या वाटेला लागली. संभाही घाईलाईनं बैल घेऊन खोपीकडं गेला. कशीबशी त्यांना दावी लावली. वर आभाळाकडे बघतच दावणीत वैरण टाकली; तोवर आभाळ गच्च झालं. काजळी धरल्यागत काळं दिसूं लागलं. खवाट खोबऱ्याचा आंबूस वास यावा तसा वाऱ्याला ओल्या मातीचा वास येऊ लागला.

वैरणकाडी आवरून संभा घरला निघाला आणि वारा सुरू झाला. वावटळीत सापडलेला संभा पांदीनं दौडत सुटला. तो कसाबसा वेशीत आला आणि अंगावर थेंब येऊ लागले. रापराप पाऊस सुरू झाला तसा तो पळतच घरापर्यंत आला. तो दारातनं आत शिरला आणि त्याला एकट्यालाच बघून त्याच्या बायकोनं विचारलं,

"एकटंच आला पळत? आणि अत्याबाईस्नी कुठं सोडला?"

संभाच्या काळजात चर्रर झालं. निरखून बघत त्यानं विचारलं, "म्हातारी आली न्हाई?"

एका हाताचा मुटका तोंडाला लावून ती म्हणाली, "न्हाई बा?"

मनात चरकलेला संभा स्वत:शी बोलावं तसा म्हणाला, "कुठं घुटमळली ही आनी!"

"दोघं मिळून निघाला न्हाईसा?"

धोतराच्या सोग्यानं त्यानं तोंड पुसलं आणि एक उसासा सोडून तो म्हणाला,

"ती खालच्या पांदीनं निघाली आणि मी खोपीत बैल बांधून वरच्या पांदीनं आलो. माझ्या फुडं ती याला पायजे अन्..." असं म्हणून तो बाहेर कोसळणाऱ्या पावसाकडं नजर लावून बघत राहिला. काळजीनं आत ओढलेला त्याच्या चेहरा बघून बायको धीर देत म्हणाली,

"घाबरायला काय झालं असं? असत्याल वाटंत कुठं तरी."

"वाटंत कुठं बसंल गं?"

"मस्त धा ठिकाणं हैत. त्यास्नी काय?"

मनातली शंका न जाऊन संभा म्हणाला,

"पर वाटंत कशाला बसंल कुठं?"

"कशाला काय! पावसानं गाठलं असंल, टेकल्या असतील कुठं तरी."

"का जाऊन येऊं जाऊ?"

"खुळं का शानं तुम्ही! रापराप पाऊस पडाय लागलाय. ईज व्हाया लागलीया. गप घरात बसवं ना व्हय?"

"अगं पर चुटपुट लागलीया न्हवं जिवाला."

रागानं खॅस मारून ती म्हणाली.

"अँ ऽऽ चुटपुट का लागतीया? आता पाऊस गेल्यावर येतील आपुनच. वाट चुकतील असं म्हणायला ऽऽ का परगावचं हैत का नाकळत्या हैत?"

मनात चलबिचल झालेला संभा म्हणाला,

"तसं न्हवं गं..."

"काय तसं न्हवं? गप बसा. अंगावरची वल्ली कापडं काडा, चूळ भरा. च्याला ठेवतो. च्या प्या, तवर पाऊस जाईल..."

ती चहाला आधण ठेवायला चुलीजवळ गेली आणि अंगातलं ओलं कुडतं काढत तो म्हणाला,

"ज्यास्त कमी ठेव गं. म्हातारी आणि काकडून ईल."

संभानं ओलं किच्च झालेलं धोतर फेडून दुसरं धोतर नेसलं. कुडतं बदललं. हातपाय धुऊन चूळ भरली आणि एकटाच सोप्यात बसून तो बाहेर बघत राहिला. अजून आभाळ गडगडत होतं. पाऊस कोसळत होता. काळे ढग खाली लोंबत होते. ओझ्यानं केळीचे घड जसे वाकावे तसे दिसत होते. पावसाची फळी अजून फुटली नव्हती. काजळी धरलेलं भिंग अजून कुठं पांढरं दिसत नव्हतं. मध्येच वीज चमकत होती आणि काळीज चर्रर करीत होतं.

आतनं बायकोची हाक आली, "ऐकलंसा का?"

"हां हां."

"च्या घ्याला आत येतासा न्हवं?"

गुडघे मोडल्यागत बसून राहिलेला संभा उठून आत गेला. दोन पायांवर बसून चहाच्या कपाकडे बघत म्हणाला, "आजूनबी म्हतारीचा काय दूम हाई की."

त्याचं हे बोलणं ऐकून तिनं कानउघाडणी केली,

"असं का खुळ्याकावऱ्यागत कराय लागलाय? आता पावसात मुद्दाम भिजत कशाला येतील?"

"ते बी खरंच की, पाऊस जायची वाट बघत बसली असल कुठं तरी."

पुढं बघून त्यानं चहा घोटला आणि पुन्हा बाहेर येऊन सोप्यात बसून राहिला. पाऊस जायाची वाट बघू लागला.

भरून आलेलं आभाळ गळून गेलं. ढग विरळ झाले. पावसाची भुरभुर थांबली आणि मोरपंखी आकाशावर चांदण्याची खडी दिसू लागली. दारातनं बाहेर बघत तो बायकोला म्हणाला,

"पाऊस थांबला की गं."

दाराच्या तोंडाला वाट बघत उभी राहिलेली त्याची बायकोही बोलली,

"पाऊस थांबल्याबरोबर येऊ ने झटक्यानं?"

"दुसऱ्याच्या जिवाला घोर लावायला कुठं बसली असंल ही?"

"बसल्या असत्याल देवानवाड्यात– त्या सखू माळणीपाशी. तिची सून बाळत झालीया नवं?"

"जाऊन बघून तरी येऊ जाऊ का?"

"येतासा जाऊन?"

"व्हय, येतो की."

संभा उठला. पायात पायताण घालून सटक्यानं बाहेर पडला. लगालगा

वेशीपर्यंत गेला आणि देवानवाड्याच्या दारात उभा राहून त्यानं मोठ्यानं विचारलं, ''आमची म्हातारी आलीया का सखूमावशी?''

तपकिरीची चिमूट नाकाला धरून सखूमावशी बाहेर आली आणि संभाकडे बघून म्हणाली,

''न्हाईर बाबा संबा. म्हातारी आली न्हाई हितं.''

मती गुंग झाल्यागत संभा सखूमावशीच्या तोंडाकडंच बघत उभा राहिला आणि आता म्हातारी कुठं टेकली असेल, याचा विचार मनात घोळवत तो माघारी वळला. एकेक घर बघत पुढं चालला. चार ठिकाणं बघून झाली आणि पुन्हा तो सटक्यानं घरला आला. एखाद्या वेळेस म्हातारी घरात येऊन बसली असेल म्हणून अंगणातनंच त्यानं विचारलं,

''आली का गं म्हातारी?''

त्या आवाजासरशी त्याची बायको चटशिरी उठून दारात आली आणि मान हालवून म्हणाली, ''न्हाई आल्या.''

संभाचं काळीज पुन्हा चर्रर झालं. पाऊस थांबला तरी म्हातारीचा अजून पत्त्या नाही म्हणजे काय समजायचं तरी काय माणसानं, असा विचार मनात येऊन संभा अंगणातच उभा राहिला. बायकोनं विचारलं, ''देवानवाड्यात न्हाईत व्हय?''

''देवानवाड्यात न्हाई, ढपाल्याच्या घरात न्हाई. लगमान खड्डाचं घर बघितलं तिथ न्हाई जुगळ्यांच्या घरांत न्हाई– कुठंच न्हाई बघ.''

''आवडाक्काच्या घरात बघितलासा?''

''तेवडं मातुर ऱ्हायलं बघ. बाकी येता येता सगळी घरं बघून आलो.''

''मग तिथंच बसलं असतील बघा. तेवढं एक घर बघायचं कसं इसारला?''

''ते काय मला सुचलंच न्हाई.''

''मग आता तुम्ही बसा घरात मी बघूत येतो.''

''जा. येजा.'' असं म्हणून संभा घरात शिरला आणि त्याची बायको बाहेर पडली. पाठमोरी होऊन चालू लागलेल्या आपल्या बायकोला तो घरातनंच म्हणाला, ''अग जा लगा लगा, लवकर ए जा जाऊन.''

हा तगादा ऐकून ती माघारी वळली आणि घरात शिरत ती म्हणाली,

''मग तुमीच या जावा चटशिरी जाऊन.''

''मग तू कशाला निघालीस भाईर?''

''भांडत बसू नगा. बघून या जावा आधी.''

काढलेलं पायताण पुन्हा पायात घालून तो बाहेर पडला. तोंडचं पाणी पळाल्यागत तरातरा आवडाक्काच्या घराकडं निघाला. तेलवात करून त्याची बायकोही दारातच बसून राहिली. शेजारची गौरामावशीही सोबतीला येऊन जवळ

बसली. दोघीही म्हातारीची वाट बघत बसून राहिल्या. तिला बघायला गेलेला संभा थोड्या वेळानं परत आला. त्यानं पुन्हा बाहेरनं विचारलं,

"आली का म्हातारी?"

"न्हाई आल्या. तितंबी न्हाईत व्हय?"

संभाच्या तोंडचा नूर बदलला. रिंदीशा चेहऱ्यानं तो आत आला आणि बायकोच्या तोंडाकडं बघत राहिला. गौरामावशीच बोलली,

"काय म्हातारी तरी! कुठं बसली असंल बिचारी?"

बूड टेकून खाली बसत तो बोलला,

"ती काय शानी हाय व्हय? कुठं बसलय बघाकी खुळ्यागत! खुळंच की ते! काय शानं हाय?"

गौरामावशी बोलली, "खुळी का होईल गा? मस्त शानी हाय."

"आता खुळी न्हाईतर काय म्हणायचं मग?"

"बसली असंल. कुठं जाती? ईल आता."

चक्रावलेला संभा रागानं बोलला,

"ईल हे खरं; पर आमच्या मनात एकाला धा इचार या लागल्यात का? वाऱ्यानं उडून गेली म्हणून समजायचं कां कुठं पांदीत अडकून पडली म्हणून समजायचं? आजकाल चालता चालता ठेच लागून मरण या लागलंय माणसाला! हिचं काय झालं म्हणूनशान समजायचं माणसानं? अहो, समजायचं तरी काय? अक्कल चालंना झालीया की आमची!"

त्याचा ताव जरा कमी झाल्यावर गौरामावशीनं विचारलं, "अरं तुम्ही मायलेक संगट मिळून आला न्हाईसा?"

दोनदा तीनदा आपली मान हालवून तो बोलला, "ती एक चुकी झाली बघ गौरामावशी."

"तसं न्हवरं, पावसापाण्याचं दोघंबी संगट मिळून याचं."

"तेच म्हणतो न्हवं मीबी. माझी बुद्धी फिरली. पावसात सापडायला नगो म्हणून तिला एकटीला फुडं धाडून दिली का? तर बाबा म्हातारं माणूस कुणीकडनं तरी लवकर घरात सुखरूप येऊद्या. तर गौरामावशी, त्याची ही तऱ्हा होऊन बसली."

हे सगळं ऐकून झाल्यावर गौरीमावशीनं विचारलं,

"मग कुठं बसली म्हणायची म्हातारी? आता हिला कुठं बघायची गा?"

"आता मी तरी काय सांगू? मगाधरनं पार सारी तिची बसायची ठिकाणं बघून आलो. तिचा कुठंच पत्त्या न्हाई." असं म्हणून संभा भ्रमिष्ठासारखा बसून राहिला. त्याच्या डोक्यात दुसरा काही विचार येईनासा झाला. सगळेच एकमेकाच्या तोंडाकडं

बघत बसले. बाहेरच्या अंधाराकडं बघत संभा म्हातारीची वाट बघू लागला. सगळ्यांचाच जीव टांगणीला लागला. म्हातारी कुठं गडप झाली काही कळेना झालं. उगी आपली एक शंका मनात येऊन त्याच्या बायकोनं विचारलं, "व्हय, तुम्ही एका वाटेनं आला; त्या एका वाटेनं गेल्या म्हणतासा; पर वाटेला लागल्यालं बघितलं का त्यास्नी? का तुम्ही हितं आणि त्या तिथं असं झालं? रानातच असायच्या बघा आणि?"

बायकोच्या ह्या बोलण्यानं संभाचं डोकं जास्तच भिरभिरलं. तो खवळून म्हणाला,

"बोलणं का बोलण्याचं पिल्लुं म्हणायचं हे! अग ऽऽ काय सांगाय लागलोय मगाधरनं मी?"

"तसं न्हवं ऽऽ त्या खालच्या पांदीनं गेल्यालं बघितलं का तुम्ही?"

"अगं माझ्या डोळ्यांदेखत ती गेली. म्हातारी तिकडं परस्पऱ्या गेली; मी हिकडं बैल घेऊन खोपीवर आलो आणि तसाच पांदीनं घरला आलो. असं का तराकल्यागत कराय लागलीयास?"

मग दुसरी शंका मनात घेऊन ती म्हणाली, "मग पावसात कुठं मधी पांदीलाच आडकल्या काय हो?"

"अगं पर ती पावसाच्या आधी घरात येऊन पोचायला पायजे."

थोडा विचार करून तिनं विचारलं,

"तुम्हाला कुठं पावसानं गाठलं?"

तो रागानं उसळून बोलला,

"मला गाठलं खिंडीत! ते घेऊन तुला काय करायचं हाय? ती आपल्या वाटेला लागल्यावर मी बैलं घेऊन खोपीवर गेलो. मी खोपीवर जाऊन पोचूस्तवर तिनं पिंगळ्याची वस्ती गाठली असंल. तिथनं फुडं मी वैरणकाडी करस्तवर तिनं घर गाठायला पायजे, निदानला थेंब याच्या आत ती येशीत तरी याला पायजे का नको?"

हा सगळा खुलासा ऐकून गौरामावशी अनमान धबक्यानं बोलली, "अर संबा, मग म्हातारी पिंगळ्याच्या वस्तीवर न्हाई तर देसाईच्या खोपीत थांबली तर नसंल?"

संभा गौरामावशीच्या तोंडाकडं टक लावून बघत राहिला. तिचं बोलणं काही खोटं नव्हतं. पावसाच्या आधी वावटळीगत वारं सुटलं होतं. एखाद्या वेळेस म्हातारी मध्ये थांबलीही असेल, असा विचार त्याच्याही मनात चमकून गेला आणि तो म्हणाला,

"मधी कुठं थांबली असल म्हंता?"

"व्हय, असंल बघ देसायाच्या खोपीत न्हाईतर पिंगळ्याच्या मळ्यात."

“ते न्हवं, तिथं थांबली म्हणावी तरी पाऊस जाऊन किती वेळ झाला की, आतापतूर याला पायजे होती.”

“अरं कशी येणार? वगळीला पानी आलं असंल.”

“मग अजून पानी ऱ्हायलंय?”

“अरं म्हातारं माणूस एकटं कसं येणार? कोण तरी संग घालवत येतो म्हणालं असंल. मोडला असंल येळ.”

“असं म्हणता...?”

मग त्याची बायको बोलली,– “विचार करत काय बसलाइसा? खंदील घेऊन जावा आडवं.”

गौरामावशीही म्हणाली, “व्हय, निदानला बघून तरी ये जा.”

संभा उठला. बायकोनं कंदील लावून दिला. कंदील हातात घेऊन तो दाराच्या कोपऱ्यात गेला आणि बायकोनं विचारलं, “तिथं काय करतासा?”

“पायांत पायताण घालतो.”

“बघा गौरामावशी, सुद्दीवर हैत का बघा!”

“का गं काय झालं?”

“अहो, पायताण कशाला घालता. पायताण चालंल का वगळीला आता?”

“खरंच की.” असं म्हणून संभा आपल्या विचारातच बाहेर पडला. दाराच्या तोंडाशी येऊन बायको म्हणाली, “वाटेला चिक्कूल झाला असंल, नीट पायाकडं बघून जपून जावा...थांबा जरा...”

“का गं? आनि काय सांगतीस?”

“काय सांगत न्हाई ही काठी घेऊन जावा. पाऊस पडून गेलाय... उकाड्याचं दिस.... हातात काठी असूं द्या.”

बायकोनं दिलेली काठी हातात घेऊन संभा वाटेला लागला. आपल्या तंद्रीतच तो वेशीच्या बाहेर पडला. पाणी वाहून गेलेल्या पांदीनं पुढ निघाला. गार वारा अंगाला झोंबू लागला. एका तालासुरांत बेडक्या आरडत होत्या. रातकिडे किर्रर्र करीत होते. दोन्ही बाजूच्या झुडपांत शिरणारा वाराही सुई सुईऽऽ असा आवाज देत होता. त्या तालावर पायाचा ठेका धरून चाललेला संभा चिखल तुडवत सुसाट सुटला होता. देसायांची खोप आली तसा तो डगर चढून वर गेला. धडधडत्या काळजानं थेट खोपीच्या तोंडाला जाऊन उभा राहिला. देसायाला समोर बघून तो म्हणाला, “काका, आमची म्हातारी पावसाचं हितं काय थांबली बिंबली हुती का?”

न बोलताच देसाई जवळ आला. नीट तोंड न्याहाळून म्हणाला, “कोण, संबा का?”

“व्हय मी संबा.”

"अरं माझी म्हातारी बघितलीस का?"

"न्हाई बाबा, तुझी म्हातारी काय आली न्हाई. तिला बघायला हातांत खंदील घेऊन आलास व्हय?"

"व्हय अजून घरलाच आली न्हाई हो."

"मळ्यासनं अजून घरलाच आली न्हाई व्हय?"

"व्हय, अजून आलीच न्हाई... पाचावर धारण बसलीया न्हवं." असं बोलून तो आल्या पावली मागं फिरला आणि देसाईकाकानं त्याला हळी दिली, "थांबर ऽऽ पोरा...संभा."

"जी."

"जरा हिकडं ये."

"काय हो काका?"

"कुठं निगालाईस?"

"बघतो की फुडं जाऊन."

"फुडं कुठं बघणार?"

"पिंपळाच्या वस्तीपतूर जातो."

"असं व्हय? एक इचारू का?"

"इचारा की."

थरथरणारी मान सावरत म्हाताऱ्यानं विचारलं, "बोलण्याचा राग मानू नको, पर त्या म्हातारीला आता रानात कशाला येऊ देतोस रे? तिला घरात बसवून एक भाकरी खायला घालायचं होईना व्हय तुला?"

"तिनं गप बसून खायला पायजे का नको? तिला कोन रानात चल म्हणतंय व्हय? ती ऐकतच न्हाई त्याला काय करायचं?"

"ऐकत न्हाई?"

संभा सांगू लागला, "मस्त सतरांदा सांगून बघितलं. उगीच रानात येऊन बसतंय. मरायच्या वेळला सुदिक मला रानात घेऊन चला म्हणणारी म्हातारी हाय ती!" आणि संतापलेला संभा अभद्र बोलून गेला, "आनि कवा झालं तरी असेच होनार बघा काका. एकांद्या दिवशी ती रानात बसूनच पुटुकशिरी मरून पडनार."

रागाच्या तावात संभा असं बोलून गेला आणि बोलूं नये ते बोललो असं वाटून जीभ दातांत धरून तो गप उभा राहिला.

अधिक न बोलता देसाई काकाही मान हलवून म्हणाला, "बरं जा, बघ जा."

जड पायानं संभा मागं फिरला आणि त्याचं काळीज धडधडू लागलं. पायाखालची वाट ओसरेना झाली. तो कसाबसा पाय उचलू लागला. घामानं कुडतं पाठीला चिकटू लागलं. पिंगळ्यांची वस्ती जवळ आली आणि छाती धडधड करू लागली.

एक म्हणता सतरा विचार मनात येऊ लागले. ढेपाळलेला संभा वस्तीवर आला आणि आपण होऊन न विचारता हातात कंदील धरून गप उभा राहिला. म्हातारी कुठं दिसेना झाली आणि बशा बैलागत त्यानं मटकन् खाली बैठक मारली. लुळी पडलेली कंबर दोन्ही हातानं धरून तो आत बघत राहिला आणि मारुती पिंगळ्या जवळ येऊन म्हणाला,

"कागा, रात करून आलाईस?"

संभाला बोलणं सुदरेना झालं. जीभ वळेना झाली. एक आवंढा गिळून तो म्हणाला,

"म्हातारीला बघायला आलोय गा."

"म्हातारीला बघायला?"

"व्हयगा, ती अजून घरालाच आली न्हाई."

संभाचं तोंड न्याहळून मारुतीनं विचारलं,

"काय भांडाणबिंडान झालंतं व्हय?"

"भांडानफिंडान काय न्हाई गा" असं म्हणून त्यानं सारी हकिगत सांगितली आणि रिंदासा चेहरा करून तो गप आपला कंदिलाकडं बघत बसला. तेवढ्यात आत बसलेली मारुती पिंगळ्याची बायको उठून बाहेर आली आणि त्या दोघांना बोलत बसलेलं बघून म्हणाली,

"काय हो, काय बोलाय लागलायसा?"

मारुती म्हणाला, "म्हातारीला बघायला संभा आलाय."

"कोण चंद्रामावशी?"

"व्हय."

"त्यास्नी बघायला म्हणजे?"

"तिचा काय पत्त्याच न्हाई म्हणं!"

पदर दाडवाणाला धरून ती बोलू लागली, "पत्त्या नसाय काय झाल? वारं सुटलं तवा त्या गावाकडं जाताना दिसल्या की. ह्या खालच्या पांदीनंच गेल्या न्हवं."

"गावाकडं जाताना दिसली?"

"दिसली आणि कसलं! मी चांगल्या दोन हळ्या सुदिक मारल्या; पर त्या आपल्या नादात तशाच फुडं निघून गेल्या. मी म्हटलं वारं सुटलंय तवा गेल्या असतील घरच्या वडीनं लगालगा."

हे ऐकून मारुती बोलला, "अरं संबा, मग म्हातारी गावातच कुठं. तरी बसली असंल."

संभाच्या काळजानं ठाव सोडला होता. आपली कंबर धरूनच तो म्हणाला,

“गावांत न्हाईगा ती. तिची बसायची सगळी घरं बघितली.”

“अगा मग रानात न्हाई, गावात न्हाई तर जाती कुठं ती!”

“तेच काय कळना झालंय!”

“अगा मग ह्यो घोरच लागला म्हणायचा की गा.”

“कसला घोर–!” असं स्वत:शीच म्हणून संभा उठला आणि भेंडाळलेले पाय घेऊन घरला निघाला. त्याला उठताना बघून मारुती बोलला,

“का निघालास?”

“जातो की. बघतो जातो. एखाद्या येळला घरात येऊन बसली असंल.”

“व्हय, आली असलं कुठं जाती?”

संभा वस्ती सोडून खाली आला आणि मागनं इशारा देत मारुती म्हणाला, “बेतानं जा रं बाबा. राड झालीया पांदीला.”

पांदीत उतरलेल्या संभाच्या अंगावर झर्रर्रकन् काटा उभा राहिला. चालता चालता तो थांबला आणि कंदिलाची वात करून पुन्हा चालू लागला. पांदीच्या दोन्ही बाजूंना नजर देत पुढं निघाला. पूर येऊन गेलेल्या पांदीच्या दोन्ही कडेला ओला चगाळचोता आणि काटक्या दिसत होत्या. त्यावर पुराच्या पाण्याचा फेस साचून राहिला होता.

जीव मुठीत धरून संभा घराजवळ आला. सोप्याला दहा-पाच माणसं बसून राहिली होती. सारा गोतावळा जमा झाला होता. ती सारी माणसं त्याचीच वाट बघत होती. हातात कंदील घेऊन तो एकटाच दारात आला तसं सगळ्यांच्याच तोंडचं पाणी पळालं. त्याच्या चुलत्यानं खाकरून विचारलं, “काय झालं रं? एकटाच आलास?” कंदील पुढं धरून संभा खाली बसला आणि गळ्यातला हुंदका दाबून बोलला, “म्हातारीचा काय पत्त्या न्हाई.”

“तिथंबी न्हाई?”

“न्हाई.” असं म्हणून संभानं मान वर केली आणि सगळ्यांच्या तोंडाकडं भिरभिरत्या नजरेनं बघून तो म्हणाला, “हे काय झालं म्हणायचं. काय कळंना! कुठं गडप झाली म्हातारी!”

कुणालाच काही कळेना झालं. सारेच एकमेकांच्या तोंडाकडं बघत बसले आणि मग चुलत्यानं विचारलं,

“संभा, कुठवर जाऊन आलास रं?”

“पार पिंगळ्याच्या वस्तीपतूर जाऊन आलो.”

“अरं मग आपल्या मळ्यापतूर जाऊने होतास? काय लांब होतं व्हय आपलं रान तिथनं?”

एक उसासा सोडून संभा म्हणाला,

“न्हाई काका, म्हातारी न्हाई.”

“तुला काय म्हायती?”

“अहो मारुती पिंगळ्याच्या बायकूनं सुदिक तिला गावाकडं येताना बघितलंय.”

“अर एकांद्या येळला वारापाऊस बघून वाटतनंच माघारी फिरली असंल. जाऊन बघून याचं मर्दा. पिंगळ्याच्या वस्तीपतूर गेलास आणि तिथनं तुला फुडं जाता आलं न्हाई?”

दुसरा एकजण बोलला, “त्यात काय लई कष्ट पडत होतं व्हय संभा?”

“कष्ट कसलं!” असं म्हणून संभा पुन्हा हातात कंदील घेऊन उभा राहिला आणि घायकुती येऊन बोलला, “अजून जाऊन येतो.”

“थांब” असं म्हणून त्याचा चुलता आपल्या पोराला म्हणाला, “राऊ, तूबी जारं संगट. लगालगा दोघं जाऊन बघून या जावा. एकांद्या येळंला म्हातारी खोपीतच बसली असल रानात.”

संभा आणि राऊ दोघेही बाहेर पडले. सपाट्यानं रानाकडे निघाले.

आशा धरून ते दोघेही आपल्या रानातल्या खोपीवर आले. दावणीच्या जनावराशिवाय खोपीत दुसरं कोणी नव्हतं. रानातही म्हातारी नाही हे बघून संभाला हबका बसला. धसका घेतलेला संभा कंदिलाच्या उजेडात त्या खोपीकडं उगचंच पाहत राहिला. म्हातारी रानात नाही, गावात नाही, मग ती कुठं गेली म्हणायची? काही कळेना झालं. संभा येडबडून गेला. भ्रमिष्टल्यागत उगाचच उभा राहिला. न बोलता ते एकमेकांच्या तोंडाकडे बघू लागले आणि काही ध्यानीमनी नसता एकाएकी हाक आली.

कुठनं तरी हळी आली, “संबा ए ऽऽ संबा ऽऽ”

हातात कंदील धरून खोपीपुढं उभा राहिलेल्या संभाच्या अंगावर झरझर काटा उभा राहिला. त्या आवाजाच्या दिशेकडं मान वळवून तो म्हणाला,

“हळी आल्यागत झाली गा.”

“झाली कसलं? मला बी ऐकायला आली न्हवं?”

तेवढ्यात रानातनं पुन्हां हळी कानावर आली,

“संबा संबा ऽऽऽ क् ..... ए ऽऽ संबा ऽऽ.”

धाप लागल्यागत संभाची छाती खालवर होऊ लागली. हर्षवायू झाल्यागत तो म्हणाला “म्हातारी हाय गा, म्हातारी हाय!”

जागचा पाय उचलून ते दोघेही पळत सुटले. कानोसा घेत बांधाबांधानं चालले आणि पुन्हा हळी आली तसे थेट आंब्याच्या झाडाकडं वळले.

ते पळत आले, तशी झाडाच्या बुंध्याला टेकून बसलेली म्हातारी उठून उभी राहिली. थोडा वेळ मायलेक एकमेकांकडं बघत राहिले आणि मग डबडबलेले डोळे

पुसून संभा बोलला,

"आए, काय म्हणायचं गं तुला! खुळ्यागत हितं काग बसलीयास? आमच्या तोंडाचं पाणी पळवून लावलंस बघ!"

"काय करू रं बाळा?"

खॅस मारल्यागत संभा म्हणाला, "पावसाआधी घरला जाशील म्हणून तुला फुडं धाडली आणि तू हितं येऊन बसलीस व्हय? काय म्हणायचं तरी तुला?"

"काय सांगू पोरा! लगा लगा पांदीनं निघालो का? देसायाच्या रानापतुर गेलो बघ आणि वारा सुटला का? बदाबदा देसायाच्या झाडाचा आंबा पडताना दिसला, माझं काळीजच इदाळलं! पाऊलच फुडं पडेना झालं."

"आणि मग?"

"तशीच फिरलो माघारी. म्हटलं आपल्या झाडाचा आंबा काय करतोय बघावं." आणि डोळ्यांत पाणी आणून ती खाली बसली. गोळा करून ठेवलेल्या आंब्याच्या ढिगाकडं बघत म्हणाली, "बघ ही किती नासाडी झाली. वाऱ्यानं सारं झाड वरबडून काढलं रं पोरा. पोटात भडभडून या लागलंय माझ्या!"

"अगं मग हितच कशाला बसून ऱ्हायलीयास?"

"तर काय? हे आणि कुण न्हेलं तर काय करायचं बाळा?"

खॅस मारून संभा म्हणाला,

"मग काय सारी रात हितंच बसणार हुतीस?"

"व्हय. तुझी वाट बघत बसले होते."

त्या भावड्या म्हातारीवर राग काढत तो म्हणाला, "बसणार की तू! तू हितं झाडाखाली बसलीयास म्हणून आम्हाला सपान पडलंय! चल, शानी हैस!"

■

सोबत

दिवस मावळायला आला होता. घरला जायला उशीर होईल म्हणून पिस्ट्याचा गोपाळा सामानसुमानं भरलेली किलतानाची पिशवी हातात घेऊन लगबगीनं चालला होता. खाली बघून झपाट्यानं निघाला होता. पायांतल्या चढावांचा कुर्र कुर्र आवाज होत होता. जसा आवाज होईल तसा तो रेटून पाय टाकत होता. अंगात लय भरली होती आणि पावलं एका ठेक्यात पडत होती.

तालुक्याचं गांव लांब मागं राहिलं. गोपाळा माळवाटेला लागला. चढावाच्या दाबानं पायाखालचा फुफाटा वर उडू लागला. पायावरचं धोतर लाल होऊ लागलं. कुसळं डसूं लागली; तशी त्यानं हातातली पिशवी खाली ठेवली. धोतर वर उचलून कमरेला खोवलं. मान वर करून मावळतीला बघितलं. दिवस नुकता मावळला होता. आता झपाट्यानं जाणं भाग होतं. वाटेला कोणाची सोबतही नव्हती. त्यानं उभ्या उभ्या विचार केला. इथं जरा टेकावं आणि तोंडात बार भरून सुटावं.

खाली ठेवलेली पिशवी त्यानं उचलून हातात घेतली. एक कासराभर चालून तो पुढं आला. जिथून दोन-तीन गावाला वाटा फुटल्या होत्या, तिथं टेकायला एक विसाव्याचा दगड होता. त्या दगडापर्यंत तो चालून आला. कमरेचा बटवा काढून त्यानं हातांत घेतला आणि पिशवी खाली ठेवून तो दगडाला पाठ लावून बसला. तळहातावर तंबाकू घेऊन अंगठ्यानं मळीत राहिला आणि एकाएकी त्याची नजर लांब गेली.

त्या माळेवरनं एकटीच एक बाई चालत येताना दिसली.

तंबाकू चोळायची थांबवून तो बघत बसला. पाण्याच्या धारेबरोबर काही तरी तरंगत यावं तशी ती बाई जवळ येत चालली, तंबाकूची फकी मारून त्यानं नजर टाकली. पिकं निघालेली रानं माळं मोकळी पडली होती. संध्याकाळचा मोकळा वारा कानांत घूं ऽऽ करत होता. आजूबाजूला माणूस नव्हतं, काणूस नव्हतं. माळवाटा ओसाड दिसत होत्या आणि बाईमाणूस अशा तिन्हीसांजेच्या वेळेला एकटीच येताना दिसत होती.

गोपाळाच्या छातीत धडधड झाली. तोंडातली पिंक त्यानं बाजूला टाकली आणि मघाशी वर कमरेला खोवलेलं धोतर त्यानं खाली सोडलं. पायाच्या उघड्या नळ्या धोतरानं झाकून घेतल्या आणि नजर लावून तो वाट बघत राहिला. तंबाकू लागून भोवंड आल्यागत झाली.

एक जवान पोरगी जवळ येत होती. दम लागून तिचा ऊर खालवर होत होता. खांद्यावरचा पदर वाऱ्यानं उडत होता. शिडांत वारं भरल्यागत झालं होतं. ती जवळ आली तरी ओळख लागेना, तसा गोपाळ मनात म्हणाला,– ''बायली कोण ही? आणि एकटीच कुठं निघालीय?''

काही समजायला मार्ग नव्हता. भुलल्यागत गोपाळा बघत राहिला. त्या उजाड माळावर दोघांशिवाय तिसरं माणूस नव्हतं. ती भुलल्यागत दिसत होती. जीव धपापल्यागत ऊर वर-खाली होत होता. एवढ्या मोकळ्या माळावर एकच माणूस दिसत होता. त्याला बघून ती जवळ आली आणि हातातला बटवा टाकून गोपाळा उठून उभा राहिला.

वाऱ्यावर उडणारा पदर एका हातानं सावरून ती म्हणाली, ''कबनूरची वाट हीच का?''

हातात पिशवी घेत तो बोलला,

''व्हय. हीच की कबनूरची वाट. कुटं कबनूरला जायचं व्हय?''

''कबनूरला जायचंय'' असं म्हणून ती घुटमळली आणि पाऊल न उचलता तिथंच उभी राहिली. दोन-तीन दिशेला फुटलेला वाटांकडं बघत तिनं विचारलं, ''हीच वाट ना?''

''व्हय. हीच वाट. नवीन आलाय व्हय?''

''नाही. परवा, एकदा आले होते. आता दुसऱ्यांदा चाललेय.''

असं म्हणून तिनं पाऊल उचललं आणि मागं वळून विचारलं,

''तुम्ही कुठं निघालाय?''

गोपाळाच्या छातीत जरा धडपड झाली. धीर करून तो बोलला, ''त्याच वाटेनं मलाबी याचं हाय, चला.''

एकाच वाटेनं दोघेही निघाले. एकमेकांकडे चोरून बघत चालू लागले. पायांतले चढाव कर्र कर्र वाजू लागले, तसा गोपाळा पाय रेटून टाकू लागला. पायावर भार देऊन चालू लागला. ती मुद्दाम अंतर सोडून बाजूनं चालू लागली तसा गोपाळही सावध होऊन एका बाजूला झाला. बैलगाडीनं पाडलेल्या एका चाकोरीतून तो निघाला आणि पलीकडच्या दुसऱ्या चाकोरीतून ती चालत राहिली.

चालता चालता मान तिरपी करून ती बोलली,

''बरं झालं, तुमची सोबत मिळाली.''

काय बोलावं हे गोपाळाला कळेना झालं; पण तिच्या बोलण्यानं त्याची भीड मोडली आणि मान वळवून तो उगीचच हसला. तीही हसली आणि दोघे चालू लागली. गोपाळाच्या पायांतला चढाव मोठ्यानं वाजू लागला. तिचं ते गोड हसणं त्याच्या नजरेसमोर जसंच्या तसं उभं राहिलं. तिचं तोंड गोबरं होतं आणि गाजराच्या बुडरख्यागत गालावर लाली होती. मुखडा रसरशीत होता. नाक इवलंसं होतं आणि ओठ लालचुटुक होते. जपानी शेंगेच्या दाण्यागत.

चढावांचा आवाज करीत चालता चालता त्यानं वळून पाहिलं. आंबा पाडाला आला होता. ज्वानी मुसमुसत होती. पोरगी गजग्यागत गच्च भरली होती. तोंड शिवलेल्या पोत्यागत उंच दिसत होती. तिच्या साडीला जरीचा काठ होता. पदर भरजरी दिसत होता. मावळतीच्या प्रकाशात पदराची जर झागमग झागमग करत होती.

नजर न उचलता खाल मानेनंच तिनं विचारलं,

''जायला अजून एक तास तरी लागंल नाही?''

''हां. तास घटका लागनारच की.''

''अजून तीन मैलांची वाट असेल?''

''हां, तितकी असंल की'' असं म्हणून त्यानं मान वळवून विचारलं,

''येळ केला निघायला?''

''काय करणार, गाडी मध्येच अडून राहिली.''

अंदाज घेत त्यानं पुन्हा विचारलं.

''कुठनं आला म्हणायचं?''

''मी इचलकरंजीची.''

''इचलकरंजीकरण हाय व्हय तुम्ही!'' असं म्हणून तो एकाएकी हसू लागला. त्याचं हसणं थांबलं आणि तिनं भीत भीत विचारलं,

''का, हसला का?''

टक लावून ती तिरपी बघत चालली तसा गोपाळ पायाखालची चाकोरी सोडून मधल्या वाटेवरून चालू लागला आणि तिच्या तिरप्या नजरेला नजर देत म्हणाला,

''हसू नये काय माणसानं?''

चाकोरीच्याही पलीकडनं चालत तिनं विचारलं,

"एवढं कशाचं हसू आलं?"

तो पुन्हा हसून म्हणाला, "एक आठवण झाली."

"कसली?"

"उचल करंजी नि टाक तोंडात अशी एक म्हण हाय. तुमच्या ह्या इचलकरंजीवरनं आता त्याची आठवण झाली हो."

एकाएकी तिचा चेहरामोहरा बदलला. ती गोरीमोरी झाली. चर्या बदललेली दिसली तसा तो मान खाली घालून मुकाट्यानं चालू लागला. तीही न बोलता पाऊल उचलू लागली. मध्ये अंतर सोडून गोपाळा पुन्हा चाकोरीतून चालू लागला. दिलासा वाटून तिनं विचारलं, "तुम्ही कबनूरचे नव्हे?"

"न्हाई. मला फुडं जायचं हाय."

"पुढं कुठं?"

"मावळणीकडं निघालोय– चंदुरला."

एवढ्यानं तिचं समाधान झालं आणि मग त्यानं विचारलं, "कबनुरात कुणाच्या घरला म्हणायचं?"

ती हसून म्हणाली, "कुणाच्या घरला नाही."

"तर मग?"

"मी तिथं शिक्षिका आहे. परवा बदली होऊन आलेय."

"असं व्हय?"

"उद्या शनवार ना?"

"व्हय आज सुक्कीरवार."

"उद्या सकाळची शाळा."

"व्हय, उद्या शनवार."

"सकाळची शाळा म्हणून आज यावं लागलं."

बोलता बोलता तिन्हीसांज टळून गेली. कडूसं पडलं. अंधार गुडुप झाला. वारं अंगाला गार लागू लागलं. उजाड माळ भयाण दिसू लागला. अंधार खायाला आल्यागत वाटू लागला. चाकोरीतून चाललेला गोपाळ म्हणाला, "फपुट्यातनं चालूं नका. मधनं चला."

न ऐकल्यागत करून ती तशीच चालत राहिली तसा तो बोलला, "फफुट्यात लांबडी बसत्यात म्हणून म्हणतो मधनं चाला."

चाकोरीतून ती वर आली आणि मधल्या वाटेनं चालू लागली. तिला सोबतीचा आधार वाटू लागला. तिरप्या नजरेनं तिनं बघितलं. खाली मान घालून तो चाकोरीतूनच चालला होता. अंगाभोवती पदर लपेटून घेत ती बोलली, "लांबडी असतात तर

तुम्ही तरी का चाकोरीतून चालता?''

पायाखालची वाट बदलत तो जवळून चालू लागला. दोघेही एकमेकाला लागून चालू लागली. अंधार काळामिट्ट झाला होता. पायाखालचंही दिसत नव्हतं. ती जपून पावलं टाकीत म्हणाली,

''वाट तरी नीट आहे ना?''

धीर देत तो बोलला, ''सावकाश चालू.''

''निम्मी वाट चालून झाली का?''

''हां, निम्मी झाली असंल की.''

''म्हणजे अजून एवढीच वाट चालायला पाहिजे.''

''हां ऽऽ अजून एवढं चालाय पायजे.''

बोलण्याच्या नादात तिला ठेच लागली आणि तोल सावरण्यासाठी तिनं त्याचा हात धरला. खाली बसत ती म्हणाली, ''मेली वाट तरी धड आहे!''

''लई लागलं काय?''

''नाही, जरा कळ आली.''

''तरी मी म्हणतो सावकाश चला.''

ती उठून चालू लागली. गोपाळानं दुसऱ्या हातात पिशवी घेऊन मधला हात मोकळा ठेवला. दोघंही सावकाश चालू लागले. जपून पावलं टाकू लागले. चुकून हाताला हात लागू लागला. ती म्हणाली,

''तरी बरं, तुमची सोबत तरी आहे. आणखी थोडा वेळ झाला असता म्हणजे मला एकटीला यावं लागलं असतं.''

तिच्या मऊ हाताला बोट लावत तो बोलला,

''नेमानेमी असती. वेळ बरी म्हणायची.''

''होय, वेळच बरी.''

चालता चालता त्यानं गपकन् हात हातात घेतला. एक मुरका मारून ती म्हणाली, ''हे काय? हात सोडा.''

हात न सोडता तो म्हणाला, ''ठेच लागून पडशील, गप चल.''

हात हातात देऊन ती त्याला खेटून चालू लागली. एकाच्या अंगाची ऊब दुसऱ्याला लागू लागली. हात जवळ ओढत त्यानं विचारलं,

''व्हय, नाव सांगितलं न्हाई?''

ती लाजली आणि गालात हसून म्हणाली,

''मी राधा.''

खाली वळून तो बोलला,

“आणि मी गोपाळा.”

मान वाकडी करून ती म्हणाली,

“चला, ह्यो काय चांडापणा. गप चला की वाटेनं.”

“काय हुतंय त्याला!”

“हूं! ते काय घर हाय?”

“राधे!”

“ऊंहू! ऊं ऽऽ! चला गप.”

हाताला हात लागू लागला तशी ती सावधपणे चालू लागली. मध्ये अंतर सोडून पावलं टाकू लागली.

एकाएकी ती पाय धरून मटकन खाली बसली आणि हातातली पिशवी टाकून गोपाळा जवळ गेला. त्यानं घाबरून जाऊनं विचारलं,

“काय झालं?”

“काटा मोडला.”

“सुद्दीनं चालायचंच न्हाई. काटा मोडंना तर काय हुईल,” असं म्हणून तो खाली वाकला आणि आवाज चढवून म्हणाला, “हां गप. काटा मोडला म्हणून डोळ्यांत पानी आणतीस?”

“कळ आली, काय करू?”

“आण पाय हिकडं.”

“घसमुसळ्यागत असं का करता?”

“आता गप बस. दे पाय हिकडं.”

“बेतानं बेतानं.”

त्यानं पाय आपल्या मांडीवर घेतला आणि कानात बोटं घालून तिनं तोंड फिरवलं. काटा उपसत तो म्हणाला,

“बायली, डांबार दिसतोय काटा!”

“असू द्या! तुम्ही काढायला घट्ट हाय न्हवं?”

तोंड पुढं करून तो म्हणाला, “राधे”

मांडीवरचा पाय काढून घेत ती म्हणाली,

“गप चला आता.”

ती उठून चालू लागली. तसा तोही चालू लागला....

दोघंही जवळून चालू लागले. किती चाललं तरी वाट ओसरेना झाली. अंधारात धड पुढलं काही दिसेनाही झालं. चालता चालता तिनं विचारलं,

“वाट तर चुकली नाही?”

"वाट कशी चुकंल?"

"मग अजून गाव कसं येईना?"

"आपुन अंधारात चाललोय. येळ लागायचाच."

ती थांबून म्हणाली, "समोर दिवे दिसतात तेच ना गाव?"

"कुठं?" असं म्हणून तो तिच्याजवळ गेला आणि तिच्या बोटाच्या दिशेनं बघत म्हणाला,

"हा, तेच. मैलभर ऱ्हायलं बघा."

"मग चला झपाट्यानं."

"झपाट्यानं काय चालतीस? ही पाणंद लागली. फुडं वडा हाय न्हवं!"

"आवाज येतोय त्यो मग वड्याच्या पान्याचाच जनू."

"बघ कसं धाडधाड वाजतंय पानी!"

उभी राहून ती म्हणाली, "अगं बया? वड्याला पूर आलाय का काय हो? पाऊस न्हाई पानी न्हाई आणि वड्यालाच कुठलं पानी आलं हो!"

"मागं कोकणात पडला असंल. तिकडं पाऊस झाला म्हणजे हिकडं पूर येतोय."

ती झपाट्यानं चालू लागली. दोघंही ओढ्याजवळ थांबले. ओढा दुथडी भरून वाहत होता. उसळी घेत पाणी पुढं चाललं होतं. धाडधाड आवाज होत होता. त्यानं धोतर वर खोवलं आणि पाय पाण्यात घातला. काठावर उभी राहून ती ओरडू लागली, "अहो, पाण्याला वड असल. ऐका माझं"

"पानी मांडीइतकं हाय."

"असूं द्या. मागं फिरा."

तो मागे फिरला. काठाला आला आणि पाण्यात राहूनच म्हणाला, "हात धर हातात."

"खुळं का शानं!"

"धर तू हात!"

छातीभोवती हात धरत ती म्हणाली,

"काय याड लागलंय काय तुम्हास्नी?"

"तर काय हितंच काठाला मुक्काम करायचा म्हणतीस का काय?"

"पानी वसरू द्या, आणि मग जाऊ म्हणं."

"खुळी का शानी? हात आण हिकडं."

तो जरा वर आला आणि बळेच तिचा हात धरून म्हणाला, "तू घाबरू नको."

"जायाचं म्हणता....?"

"हं बा!" आणि हाताला धरून त्यानं तिला खसकन् खाली ओढली.

"आहो, आहो" असं म्हणून ती बोलली, "तुम्हाला दम हाय का न्हाई तरी!"

"त्यात दम आणि कसला आलाय?"

"थांबा की. लुगडं भिजंल."

"एका हातानं तिनं लुगडं वर धरलं आणि त्याच्या हातात हात देऊन ती पाण्यात उतरली.

"पाण्याला वड लई हाय हो!"

"हात घट्ट धर."

"पर कुणी सांगितलंय एवढं! का जीव धोक्यात घालायचा?"

"तुझ्यापरास काय माझा जीव लई न्हाई!"

एकाएकी काठाला आले आणि पाण्यातून सुटका झाल्यावर ती म्हणाली, "बया बया बया, माणूस हैसा का कोण!"

समोर बोट करून तो म्हणाला,– "दिवं दिसत्यात का? गाव आलं बघ."

समोर बोट करून तिनं विचारलं,

"समोर दिवे दिसतात तेच गाव ना?"

"हां तेच की गाव. जवळ जवळ आलं आता."

तिचा जीव भांड्यात पडला. महासंकटांतून सुटल्यागत झालं. तिला नवा हुरूप आला. ती झपाझप चालू लागली. गोपाळाचा पाय रेंगाळू लागला.

गाव नजीक आलं, तसं मागं बघून ती म्हणाली, "चला भरभर. आधीच उशीर झालाय."

पाय उचलून तोही झपाट्यानं चालू लागला. दोघेही वेशीत आले. सोबत संपत आली. बोलणं सुचेना झालं. असंच चालत रहावंसं वाटू लागलं. तीच बोलली, "रात्र बरीच झालीय नाही?"

"व्हय. रात बक्कल झाली."

"तुम्हाला अजून पुढं जायचंय."

त्याच्या मनात चलबिचल झाली. तो पुटपुटला,

"वाट अजून लांब हाय. मुक्काम करावा ऽऽऽ का काय करावं ...."

ती काहीच बोलली नाही. गोपाळा खट्टू झाला. वरकरणी न दाखवत म्हणाला, "जातो झपाट्यानं."

एका गल्लीच्या तोंडाशी येऊन ती उभी राहिली. तोही थबकला. म्हणाला, "का थांबला?"

ती बोलली, "मी जाईन इथून."

तिला अखेरची न्याहाळत तो बोलला,

"जाता हितनं?"

"हूं. तुम्ही जावा आता."

"बराय."

ती वळली आणि मागं न बघता एका गल्लीत शिरली. थोडा वेळ तो त्या गल्लीकडं बघत उभा राहिला आणि मनाला म्हणाला, "बायली तिथनं हितवर घालवत आलो, एक कपभर च्याचं पानी तर पाजायचं!"

त्यानं एक लांब सुस्कारा टाकला आणि झालं गेलं विसरून तो चालू लागला. एकटाच वाट तुडवू लागला. वाट ओसरेना झाली. त्याला आपलं घर कधी येईल असं होऊन गेलं. चालून चालून त्याच्या पायात गोळे येऊ लागले. पायातले चढाव जड वाटू लागले. पाय रेटून पडेना झाला. कांबळं पसरून वाटेलाच गप पडावंसं वाटू लागलं. हाताला पिशवीचं ओझं होऊ लागलं. बोटं खचू लागली. अंगातलं बळच गेलं. चालणं निभेना झालं. पाय उचलेना झाला. गोपाळा रखडत चालू लागला. फेंगड्या कुत्र्यागत पाय ओढत निघाला.

रखडत रखडत तो विसाव्याच्या दगडापर्यंत कसाबसा आला. तो उगाचच थांबला. नेमका त्याचा पाय बटव्यावर पडला. वेळ बरी म्हणून त्यानं खाली वाकून बटवा हातात घेतला. चिमूटभर तंबाकू दाढेत धरली. खाली लोळणारं धोतर त्यानं वर कमरेला खोवलं. हुशारीनं बटवा जवळ ठेवला आणि हातात पिशवी घेऊन आपल्याच मनाला म्हणाला,

"झाली एवढी शेवा रग्गड झाली! अजून पाच मैलांची वाट तुडवायची हाय.... चला, उचला पाय."

मघाशी घालवत गेलेल्या रस्त्याकडे तो पाठ फिरवून उभा राहिला आणि दुसरा रस्ता धरून पाय उचलू लागला!

वाटणी

शिवानं गोठ्यातली शेणघाण काढली. खराट्यानं गोठा स्वच्छ केला. कडबा तोडून दावणीत टाकला. म्हशीच्या धारा झाल्या. सकाळचं सगळं काम आवरून त्यानं न्याहरी केली, तरी त्याचा धाकटा भाऊ भीमा अजून अंथरुणातच होता. एकदा-दोनदा हाक मारूनही तो उठला नव्हता. दुकणकऱ्यागत चांगलं खालीवर घालून मुस्कटून पडला होता. आजारबिजार म्हणावं तर तसंही काही नव्हतं. त्याच्या डोक्यातच काही तरी सणक आलेली दिसत होती.

उनं चांगली चकचकीत पडली. जोता चढून वर आली; तरी भीमा काही अंथरुणातनं उठत नव्हता. तोंडावरचं पांघरूण काढायला तो तयार नव्हता. भीमानं अंथरूण धरलं होतं आणि त्याच्या बायकोनं घरातला एक कोपरा धरला होता. हां नाही का हूं नाही; एक कोपरा धरून ती गप बसून होती. तिच्या तोंडाला मिठीच पडली होती. बसल्या जागेसनं ती हलत नव्हती. चुलीकडे बघायलासुद्धा तयार नव्हती.

न्याहरी करून शिवा बाहेर सोप्यात आला. त्याचा बाप भिंतीला टेकून विचार करीत बसला होता. शिवा त्याच्याजवळ गेला आणि खाली बसत हळू आवाजात म्हणाला, ''काय निराळीच तऱ्हा सुरू झालीया घरात आज!''

बाप न बोलता डोळे मिटून गपच बसला. तसा शिवा पुन्हा म्हणाला, ''व्हय? हे काय चाललंय म्हणायचं?''

“अरं, आता मी तरी काय सांगू? मला तर काय देवानं चार डोळं दिल्यात काय? तुम्हाला जे दिसतंय तेच मला दिसणार!”

शिवा समजूतदार मुलगा होता, बापाचं बोलणं ऐकून तो गप बसला. अधिक खल न करता दोघेही बापलेक एकमेकांकडे बघत बसून राहिले. गप बसणंच शहाणपणाचं आहे हे त्या दोघांनाही कळलं होतं.

एवढ्यात शिवाची आई बाहेर आली आणि तावातावानं म्हणाली, “डोस्क्याला डोस्की लावून तुम्हीबी गप्पच बसलाय व्हय?”

म्हातारा बोलला, “तर मग काय करावं म्हणतीस?”

फतकल मारून खाली बसत ती म्हणाली,

“भीमा हातरूनातनं भाईर येईना झालाय. त्याची बायकोबी गप बसून ऱ्हायलीया... काय इचारलं तरी एकबी न्हाई, दोनबी न्हाई...”

“मग आता काय करावं?”

“काय करावं काय? भीमाला उठवून इचारा तरी.”

“म्हणजे आधीच पेटलंय, त्यात पुन्हा चगाळा टाकायचा व्हय?”

“तर काय मग असंच धुमसत ठेवायचं?”

म्हातारीचं बरोबर होतं. धुमसत ठेवण्यात तरी काय फायदा होता? काय एक घाव दोन तुकडे करून मोकळं झालेलं बर असं वाटून म्हातारा एकाएकी उठला आणि मधघरात गेला. भीमाजवळ जाऊन म्हणाला,

“भीमा, पोरा, का उठंनास रं?”

एक नाही दोन नाही; भीमा गप पडूनच राहिला. भीमा काही बोलेना तसा म्हातारा खाली वाकला आणि तोंडावरचं पांघरूण ओढत म्हणाला,

“तोंडानं बोलायलाबी काय लई कष्ट पडाय लागलं काय तुला?”

अंगावरचं पांघरूण काढलं तरी भीमा तसाच पडून राहिला. हालवलं तरी उठेना झाला. म्हातारा खेकसून म्हणाला,

“अरं, काय बिघडलंय ते सांग तरी आम्हाला!”

म्हातारीही जवळ येत म्हणाली,

“न्हवं, तू सांगितल्याशिवाय आम्हाला कळणार तरी कसं?”

भीमा एकाएकी खवळला. ताडकन् उठून बोलला, “कसं कळणार तुम्हाला? तुम्हाला सारं दिसतंय, सारं कळतंय. काय तुम्ही डोळ्यावर कातडं ओढून घेतलेलं न्हाई का कानात बोळं घातलेलं न्हाईत.”

मनाला येईल तसं पोरगं बोलत सुटलं. त्याच्या बोलण्याला शेंडाही नव्हता आणि बुडखाही नव्हता. त्यातनं काय अर्थ काढावा हेच कळत नव्हतं. मग शिवा पुढं येऊन म्हणाला, “अरं, म्हणजे तुला म्हणायचंय करी काय?”

मुठीतलं एकच बोट पुढं करून तो म्हणाला,

"तू बोलू नकोस! तुला माझ्या तोंडाला लागायचं कारण न्हाई."

"अरं , तोंडाला कोण लागतंय?"

"तूं बोलूं नको म्हणतो न्हवं?" असं म्हणून त्यानं आपलं तोंड बापाकडं वळवलं आणि तो निश्चयी स्वरात बोलला, "मी एकच सांगतो– मला येगळं व्हायचं हाय. माझी वाटणी टाका!"

त्याच्या या बोलण्यानं सगळ्यांना धसकाच बसला. आई-वडिलांच्या तोंडचं पाणी पळालं. भीमा पहिल्यापासून तर्कटी होता हे खरं; पण लग्न होऊन चारसहा महिने झाले नाहीत तंवर तो आपली वाटणी टाका म्हणून बसेल अशी कुणाची कल्पना नव्हती. कशावरनं तरी रुसणं-फुगणं निराळं आणि वाटणी मागणं निराळं!

म्हातारा आणि म्हातारी दोघेही हादरले. म्हातारा भीमाला म्हणाला, "अरं, असं एकाएकी दीडकांड्यावर याला काय झालं? कशापायी वाटणी पायजे हाय तुला?"

"कशापायी म्हणजे? माझी मनाची मर्जी?"

म्हातारा कळवळला. त्यानं तळमळून विचारलं,– "भीमा पोरा, एका फळाच्या कापून दोन फाकी करायच्या म्हनतोस?"

पोरानंच उलटा सवाल केला, "मग नको का करायला?"

"अरं, पण कशापायी असं दोन तुकडं करायचं म्हणतोस?"

उभी असलेली त्याची आई मटकन् खाली बसत म्हणाली, "अरं, तुम्हाला एवढा जलम दिला. वीस वर्षे तुम्हासंगं झडती दिली आणि आम्हाला आता म्हातारपणी सुखानं एक घास खाईन म्हटलं तर त्योबी असा हिरावून घ्या लागलासा व्हय?"

भीमा ओरडून बोलला,– "कोण तुमचा घास हिरावून घेतोय? आणि कुणा लेकाला पायजे हाय त्यो?"

"माझ्या तोंडाचा घास तुला पायजे हाय असं म्हणत न्हाई बाबा मी–" असा खुलासा करून ती म्हणाली, "अरं आमच्या माघारी काय होणार असंल ते होऊद्या; पण डोळ्यांदेखत तर हे असलं बघाय नको. आजवर आम्ही जतन केलं, मिळविलं, वडलार्जित होतं त्यात भर घातली– हे सगळं तुम्हापायीच केलंय न्हवं? का आणि कुणाला द्याचं हाय?"

भीमाही त्याच सुरात बोलला, "आणि कुणाला द्याचं न्हाई; आम्हालाच जर द्याचं हाय तर मग आमची-आमची वाटणी देऊन टाका. मी माझ्या हिश्शाचंच मागतो. मी तर काय जास्त मागतो?"

पोरानं असं आडवं लावलं तसा म्हाताराही तापला. मध्ये तोंड घालून तो म्हणाला,

"हे बघ, मला आधी उत्तर दे. तुम्ही पोरं आपापल्या बायका घेऊन असं येगळं झाल्यावर आम्ही म्हातारपणी आता कुणाच्या तोंडाकडं बघावं? तुम्ही कर्तीसवर्ती झाला म्हणून आम्हाला अशी पाळी आणता व्हय? ह्यापायी तुमचा संभाळ केला?"

पोरगं अडेलतट्टूपणानं म्हणालं, "संभाळ करायचा न्हवता!"

म्हातारा उसळून बोलला, "व्हय बाबा, तुझं खरं हाय! आम्हीच जलम देऊन चुकलो. मग तू असा बोलणारच की."

तोंडाला तोंड लागलं आणि भांडण पेटत चाललं. कोणच कोणाची पत्रास ठेवीनासं झालं. पोरगं मर्यादा सोडून बोलू लागलं आणि दोन्ही सुनाही तोंड वाजवू लागल्या. पिकावर बसलेल्या भोर्ड्या कलकलू लागाव्या तसा घरात कलकलाट माजला. छपरावरची कौलं उडून जायची वेळ आली. सकाळच्या वेळीच घनचक्कर भांडण सुरू झालं. ही मजा बघायला गर्दी लोटली. अंगणात माणूस मावेना झालं. तोंडातोंडीवरनं भांडण हातघाईवर आलं. पोरं बापाला 'बाप' म्हणेनात आणि आईला 'आई' म्हणेनात. चवताळलेल्या वाघागत भाऊ एकमेकांच्या अंगावर धावून जाऊ लागले. पोरं एकमेकांच्या अंगावर तुटून पडू लागली. तसा म्हातारा त्यांना सोडवायला मध्ये जाऊ लागला आणि बिचारी आई पालथी पडून आपलंच कपाळ बडवून घेऊ लागली. दोन्ही सुनाही थैथै नाचून फुगडी घालू लागल्या आणि एकमेकीच्या अंगावर तावदारून जाऊ लागल्या. दंगाधुडगूस सुरू झाला.

पोरं आराच्या बाहेर गेली. आवरेनाशी झाली तशी त्यांची आई उठून उभी राहिली आणि गळा काढून म्हणाली, "अरं चित्रागत उभं काय ऱ्हायलायसा बघत? एकाला धाजण होऊन ह्यास्नी आवरा की. अरं पायां पडतो तुमच्या...."

गर्दीतले एक-दोन लोक पुढं झाले तशी दहा-वीस माणसं त्यांच्या मागनं धावली. घंटा झाल्यावर पोरं शाळेत घुसावी तशी ती आत घुसली. एकेकाला तिघाचौघांनी मिळून कवळा घातला तरी पोरं माशागत उसळी मारत होती. अशीच तास दोन तास हुज्जत झाल्यावर त्यांची डोकी शांत झाली. घर जरा कलकलायचं थांबलं.

पोरांनी एवढा तमाशा केल्यावर आता घर एकोप्यानं चालणार नाही हे बघून दोन्ही पोरांना म्हातारा म्हणाला, "बाबांनो, तुम्ही आपापलं पंच बोलवा आणि ते सांगतील अशी वाटणी घेऊन मोकळं व्हा. आता एकत्र ऱ्हाण्यात मज्या न्हाई."

पडत्या फळाची आज्ञा घेऊन भीमा बोलला,

"आजच वाटण्या झाल्या पायजेत. त्याबिगर मी तोंडात पाण्याचा घोट घेणार न्हाई."

दुपारी तिसऱ्या प्रहरीच पंच गोळा झाले. सुतार बोलावून घरादाराची मापं घेतली. स्वयंपाकघरातली भांडीकुंडी बाहेर रस्त्यावर आली. हंड्यापासून ते ताटवाट्या

आणि भांड्यावर झाकण्याच्या जर्मनी ताटल्यांपर्यंतचा हिशेब झाला. उतरंडीची गाडगीमडकीसुद्धा विभागली गेली. दुपारपासून रात्रीपर्यंत हे वाटणीचं काम सुरूच होतं... त्यातही दहादा चकमकी उडाल्या. अखेर एका दिवसात वाटणी होऊन दोन्ही भाऊ वेगळे झाले.

एकंदर तीन हिस्से पडले. दोन्ही भावांचे दोन आणि आई-वडिलांचा मिळून एक. स्वयंपाकघर भीमाकडं गेलं. परड्याच्या दाराकडनं त्यानं वहिवाट करायची ठरली. मधघर शिवाला मिळालं आणि आई-बापांना बाहेरचा सोपा मिळाला. रानातही अशाच तीन वाटण्या झाल्या. वरकरणी जरी तीन वाटण्या झाल्या असल्या तरी दोन हिश्शांचा मालक शिवाच झाला होता आणि त्यापदरी आपल्या आई-वडिलांना सांभाळायचं त्यानं कबूल केलं होतं. त्यातही काही वावगं नव्हतं. जो त्यांना सांभाळील त्याला त्यांची वाटणी मिळणार होती आणि कुणाकडं राहायचं हे आई-वडिलांच्या मर्जीवर सोपवलं होतं. हिश्शाच्या आशेनं त्यांना सांभाळायला शिवा आणि भीमा दोघेही तयार होते. पण तर्कटी मुलाकडं राहायला ते तयार झाले नाहीत. म्हणजे शिवा आणि आई-बाप एक झाले आणि भीमा निराळा झाला.

दोन-चार दिवस मनाला अवघड वाटलं आणि पुढं तेही वाटेनासं झालं. उलट, झालं ते बरंच झालं असं वाटू लागलं. कधी तरी ही गोष्ट व्हायचीच होती. ती होऊन गेली, भांडणाचं मूळ तरी गेलं अशी मनाची समजूत घालून आई-वडीलही आनंदात राहिले.

असेच आणखी आठ-पंधरा दिवस गेले. दोघेही भाऊ आपापल्या रानातले कष्ट करू लागले. जमिनीत घाम ढाळू लागले. आता मृग लागला म्हणजे जो तो आपापल्या रानात स्वतंत्र पेरणी करणार होता. भीमा सारं हौसेनं करत होता. आई-बापांना वाटलं, बरं झालं. या निमित्तानं का होईना पोरगं मार्गी लागलं. पोरं मिळवती झाली. आपापला संसार करायला शहाणी झाली, चार पैसाअडका मिळवून ती सुखी झाली, हे पाहण्यातच त्यांना आनंद होता, त्यांना तरी दुसरं काय पाहिजे होतं?

भीमाला मात्र तसं वाटत नव्हतं. तो आपल्या आई-बापांबद्दल मनात आकस धरून वागत होता. शिवाला वाईट दिवस यावेत, त्याची अन्नान्नदशा व्हावी आणि आपल्या प्रत्यक्ष जन्मदात्या आई-वडिलांनासुद्धा शिवाबरोबर भीक मागायची पाळी यावी, एक वेळच्या तुकड्यालासुद्धा ते महाग व्हावेत असं त्याला मनापासून वाटत होतं. कारण आई-बापाने त्यांचा हिस्सा शिवाला दिला होता! धाकटं पोर म्हणजे शेंडेफळ असतं! धाकट्याला जवळ न करता त्यांनी थोरल्या पोराची धन केली होती! आपल्या आई-वडिलांबद्दलची त्याची माया पार आटली होती. थोरला भाऊ तर त्याचा वैरीच झाला होता. भीमा असं आकसानं वागत होता. त्याच्या आई-

वडिलांना मात्र याची कल्पना नव्हती. पोरगं ईर्ष्येने आपला संसार उभारतंय याच आनंदांत ते होते.

–आणि एक दिवस भीमा आपली वाट वाकडी करून सोप्यात आला. वेगळं झाल्यापासून त्यानं शिवाच्या घराची कधी पायरी चढली नव्हती. परड्याचं दार सोडून तो कधी पुढच्या दाराला आला नव्हता. त्याला बघून म्हाताऱ्याला समाधान वाटलं. आपल्या बुडाखालचं घोंगडं काढून त्याला देत तो म्हणाला,

"बस. टेक ह्यावर."

भीमा आपल्याच तोऱ्यात होता. म्हाताऱ्यानं पसरलेल्या घोंगड्यावर न बसता बाजूला बसत तो म्हणाला, "मी काय पावणारावळा म्हणून तुमच्या दारात आलो न्हाई. मला काय करायचं घोंगडं तुमचं?"

"तसं न्हवं. तुझ्या अंगावरची पांढरी धडुतं घान होऊ नयेत म्हणून घोंगडं दिल तुला."

हे सगळं सोडून भीमानं एकदम मुद्द्यालाच हात घातला, "शिवादादा हाय न्हवं?"

"हाय. आत बसलाय न्ह्यारी करत. काय काम काढलंय?"

"काय सोयरीक जमवायचं काम न्हाई, काय न्हाई. होऊंद्या त्याची न्ह्यारी आणि मग सांगतो." असं चमत्कारिक बोलून पोरगं घुम्यागत गपच बसून राहिलं.

मधघरातून उठून म्हातारी बाहेर सोप्यात येऊन बसली. पोरगं आपण होऊन बोलेल म्हणून वाट बघत राहिली. त्याच्या तोंडातनं शब्द निघेना, तशी तीच बोलली,

"न्ह्यारी झाली नसली तर खातोस का एक अर्धीकोर भाकरी?"

आईकडे न बघताच तो म्हणाला,

"जेवायला आलो न्हाई तुमच्या घरला." आई बिचारी वरमून म्हणाली, "न्ह्यारीच्या येळला आलाईस म्हणून म्हटलं."

"मग तुमच्या हितं न्ह्यारी करायला माझ्या बायकूचं हातपाय काय अजून उरावर आल्यालं न्हाईत."

"तिचं हातपाय उरावर यायला काय झालं?"

तो भाडकन् बोलला, "त्याचीच वाट बघत बसला असशीला तुम्ही!"

पोरगं असं अर्थाचा अनर्थ करू लागलं तशी आई तोंडाला कुलूप घालून गप बसली. म्हाताराही विचार करीत बसला. आज आणि काय याच्या मनानं घेतलंय हेच त्याला समजेनासं झालं होतं. विस्त्याच्या खेडागत भीमा उगचच्या उगच का असा तापून आला होता – हाच प्रश्न आत न्याहरी करीत बसलेल्या शिवालाही पडला होता.

वचावचा चार तिथं दोन घास खाऊन तो बाहेर आला आणि आल्या आल्या म्हणाला,

"कां रं, आज आणि डोस्कं बिघडून घेतलंयस?"

भीमा रागानं म्हणाला, "डोस्क्यात उंदीर पडलाय तवा डोस्कं बिघडलंय माझं!"

"मग सरळ बोलायचं सोडून मगाधरनं असं वाकड्यात का शिराय लागलाईस?"

"मग सांगितलं न्हवं डोस्क्यात उंदीर पडलाय म्हणून!"

दोघांनाही गप करीत म्हातारा बोलला,

"काय असंल ते सरळ सांगा."

त्यानं सरळ सांगितलं, "अजून खऱ्या वाटण्या झाल्याल्या न्हाईत. पुन्हा पंच बसाया पाहिजेत."

सारीच चकित झाली. वाटण्या होऊन आता दोन महिने झाले होते. सगळं सुरळीत चाललं होतं आणि पुन्हा वाटण्या झाल्या नाहीत – म्हणजे ह्या बोलण्याचा अर्थ काय? गाडं रांकेला लागून दोन महिने झाले आणि पुन्हा पोरगं हे असं बोलतंय म्हटल्यावर हे काय कोडचं उलगडेनासं होऊन बसलं. धीर करून म्हाताराच बोलला,

"अरं, खऱ्या वाटण्या आणि कसल्या?"

"ते पंचमंडळी बसल्यावर कळंल!" भीमानं पंचाचं नाव काढलं तशी शिवाला एक सणकच आली. त्यासरशी तो बोलला,

"सतरंदा पंच बसायचं काय काम न्हाई. कशी वाटणी झाली पायजे हे तू सांग. त्यापरमाणं करू. काय करायचा पंच आणि फंच?"

म्हाताऱ्यालाही ही गोष्ट पटली. तोही म्हणाला,

"असं समजुतीनं घ्या. उगच भांडणतंटा करायचा, पंच गोळा करायचं, मग ह्यानं एक सांगायचं – त्यानं एक सांगायचं ह्यात काय गोडी हाय?"

शिवानं पुन्हा सांगितलं, "घरातली भांडण रस्त्यावर न्हेण्यात काय शानपना हाय व्हय? उगच आपली अब्रू येशीला का टांगायची?"

भीमा जरा घुटमळला. खाली मान घालून भुईकडं बघत राहिला आणि मग एकदम मान वर करून म्हणाला, "घराची वाटणी झाली, शेताची झाली खरं, आजवर आईबांनी साठवलेल्या पैशाचं काय?"

म्हातारा शांतपणे विचारू लागला, "कुणी साठवल्यात पैसं? कुणी भरवून दिलंय तुझ्या डोस्क्यात हे?"

"तर काय गठळं केल्याबिगर ऱ्हायलाय काय तुम्ही?"

म्हातारा म्हणाला, "अरं, मग तुमची लग्नं कशानं केली? त्याला काय पैसा खर्च झालाच न्हाई?"

भीमाला काही केल्या पटेना, तसं म्हाताऱ्यानं मागच्या पाच-दहा वर्षांचा हिशेब पुढं मांडला. दर वर्षाचं पीक किती आलं, त्यापैकी किती विकलं, फाळापट्टी किती गेली, त्यातनं पैका किती शिल्लक उरला, नवी जनावरं किती घेतली आणि वर्षाचा रोजगार किती गेला. असा नकाशा उलगडत चालला, तसा भीमा बोलला,

"ही म्हारुतीची शेपटी मला कळली; पर आबा, मला सांगा तुम्ही जर गठलं केल्यालं न्हाई तर मग धाकल्या लेकाजवळ ऱ्हायचं सोडून थोरल्या लेकाला का जवळ केलंय?"

त्याचं हे बोलणं ऐकून म्हातारा थोडा वेळ गप राहिला आणि विचार केल्यासारखा करून बोलला, "मग आता ह्याच्यासाठी पंच बोलवायचं म्हणतोस व्हय?"

"नको बोलवायला?"

"अरं गटळंच जर न्हाई तर दाखवू कुठलं?"

"मग माझ्याकडं न ऱ्हाता शिवादादाजवळ का ऱ्हायला?"

"त्यानं माया दाखवली म्हणून ऱ्हायलो. तू बोलाव, तुझ्याकडं येतो."

भीमाला हाच मुद्दा पाहिजे होता. गटळं नाही ते नाही, निदान जिवमान असे तोवर आई-वडिलांचा एक हिस्सा तर खायला मिळेल, ही आशा मनी धरून तो बोलला, "मी कवा नको म्हटलंय तुम्हाला? मी एक पायावर तयारच हाय की!"

शिवा थोडा समजूतदार होता. तो यात काही वावगं मानायचा नाही अशा समजुतीनं म्हातारा म्हणाला, "काय रं शिवा, असं करायला तुझी काय आडकाठी न्हाई न्हवं?"

मनात नाराज झालेला शिवा वरकरणी हसून म्हणाला, "ह्यो तुमचा प्रश्न हाय! त्यात मी काय सांगू?"

एका दृष्टीनं हे खरं होतं. कोणापाशी राहायचं हे आई-वडिलांनीच ठरवायचं होतं. मग म्हाताऱ्यानं थोडा वेळ शांतपणे विचार केला आणि मनाशी ताळा घातला की, मोठा मुलगा समजूतदार आहे. तो कसंही खपवून घेईल. धाकट्याच्याच मनात काही संशय उरायला नको. आपलं उठावं आणि सरळ धाकल्या लेकाकडं जाऊन राहावं. सगळा नीट विचार करून तो बोलला, "भीमा, आम्ही तुझ्या घरात ऱ्हाऊन भाजीभाकरी खाऊ. मग तर झालं?"

सगळं ठरत आलं आणि शिवानं कपाळाला आठ्या घालून विचारलं, "जिमनीचं कसं करायचं?"

भीमा बोलला, "कसं म्हणजे? सरळ गोष्ट हाय. जिकडं आईबा तिकडं जमीन."

"आणि आजवर केलेल्या कष्टाचं?"

"काय कष्ट केलं सांग ते भरून देऊ."

आता वादाचा प्रश्न मिटला होता. बाहेरचे पंच बोलवायचंही काही कारण नव्हतं. कुटुंबाची फेरवाटणी झाली. ती भीमाच्या पथ्यावर पडली; पण शिवा मनातनं दुखावला गेला. आता आई-वडील आणि भीमा एक झाले आणि शिवा निराळा झाला. दोन हिश्शाची जमीन पेरायची म्हणून सबंध उन्हाळाभर त्यानं केलेले कष्ट मातीत गेले. मनात धरलेल्या आशाही बारगळून गेल्या. बापाचं आणि थोरल्या लेकाचं कायमचं वितुष्ट आलं!

म्हातारा आणि म्हातारी भीमाच्या घरातली भाकरी खाऊ लागले तसा शिवा वर मान करून बापाकडे बघेनासुद्धा झाला. पोराच्या मनात विष कालवलं तरी आई-बापाचं आतडं त्याच्याकडं ओढ घेतच होतं. वळणाचं पाणी वळणालाच जायला बघू लागलं. भीमाचा डोळा चुकवून म्हातारी शिवाच्या घरात जाऊ लागली. म्हाताराही अधनंमधनं थोरल्या सुनेशी बोलत बसू लागला. तिनं अंगणात वाळवण घातलं तर काठी घेऊन कावळे राखू लागला.

भीमाची बायको या कागाळ्या रोज आपल्या नवऱ्याला सांगू लागली. त्या तर्कटी पोराच्या डोक्यात अशा एकेक गोष्टी भरू लागल्या. काही दिवस गेले आणि मग त्यानंही आई-वडिलांशी बोलणं सोडलं. नवरा जसा मुठीत गावला तशी त्याची बायकोही सासू-सासऱ्याला देकू सकेना झाली. हरघटकेला टाकून बोलू लागली. वेळेला तुकडा मिळायची भ्रांत होऊन बसली. तसे आई-वडिलांचे डोळे उघडले! शिवाला सोडून भीमाला जवळ केलं हा शुद्ध गाढवपणा झाला, असं म्हातारा उघड बोलून दाखवू लागला. म्हातारीही चारचौघींजवळ हाच कोळसा उगाळू लागली.

या कानाचं त्या असं होत होत गावात बभ्रा झाला. चार लोक शिवालाच म्हणू लागले, "अरं, म्हातारपणी का हाल चालीवल्यात बिचाऱ्या आईबांचं?"

लोकांनी असं म्हणण्यात आता शिवाला आनंद वाटत होता. आईवडिलांना चांगली अद्दल घडावी असंच त्याला वाटत होतं. तो मनातनं हीच देवाला प्रार्थना करत होता. हीच आशा बाळगून होता-चांगले हाल होऊ देत. अन्नान्नदशा होऊ द्या, भीक मागण्याची पाळी येऊ द्या; त्याशिवाय त्यांना आपली किंमत कळायची नाही. तो रोज मनाशी म्हणायचा– "देवा, या आईबाबाचं चांगलं हालवनवास झालेलं मला दाखव!"

....देवानं शिवाचं म्हणणं ऐकल आणि एक दिवस म्हातारा आणि म्हातारी दोघेही भीमाच्या घरातनं निघून शिवाकडं आले. ते थोरल्या लेकाच्या जिवावर आशा ठेवून, धाकट्याला लाथ मारून आले. शिवाला हेच पाहिजे होतं. मागचापुढचा विचार न करता दारात आलेल्या आपल्या आई-बापाला तो फाडकन म्हणाला,

"माझ्या घरची पायरी चढायचं कारण न्हाई. ज्या दिवशी तुम्ही मला सोडून गेला त्या दिवशीच तुम्ही मला मेला आणि मी तुम्हाला मेलो."

प्रत्यक्ष पोटच्या पोराचे ते शब्द ऐकून म्हातारा हैराण झाला. छातीत भाला घुसल्यासारखं त्याला झालं. हातपाय मोडल्यागत होऊन तो तिथंच बसला. म्हातारा उभ्यानं कोलमडला तशी म्हातारी घाबरी झाली. त्याला सावरीत ती म्हणाली,

"तुम्ही असं घाबरू नका. माझं हातपाय अजून धड हैत. माझा जीवमान असुस्तवर तुम्ही का काळजी करता? मी तुम्हाला भाकरी करून घालीन. पोरास्नी जल्म देऊन आपुन चूक केलीया; मग काय करायचं?"

म्हातारा कळवळून बोलला, "ह्या घोड्यांची लग्नं करून चुकलो मी! तेच की! ह्यांची लग्नं करून आपुन सुख भोगावं म्हणून आशा धरली हीच आपली चूक झाली म्हणायची." म्हाताऱ्याला झेंडू फुटला होता. घामानं त्याचं तोंड डबडबलं होतं. म्हातारी आपल्या पदरानं घाम पुसत म्हणाली, "तुम्ही असं मला घाबरं करू नगा."

तो सावध झाल्यागत बोलू लागला, "म्हातारे, पोटाला दोन पोरं असून ही काय स्थिती झाली आपली? धड हिकडं न्हाई. धड तिकडं न्हाई. पक्ष्यांतबी गणना न्हाई आणि जनावरांतबी गणना न्हाई अशी का पाळी आणली देवानं?"

शिवा उसळून म्हणाला, "अजून लई पाळी आणणार हाय देव तुम्हाला!"

"तुझ्या तोंडात किडं पडलं!" असं म्हणून म्हातारी हात नाचवून म्हणाली,

"कुठल्या जन्मात पातक फेडशीला हे!" आणि भीमा परड्याच्या दारानं धावून येत म्हणाला,

"का नाचक्की कराय लागलाय आमची? तुम्हाला आपल्या पोरांजवळ ऱ्हायाचं नसेल तर स्वतंत्र ऱ्हावा. आमच्या नावानं गावभर डांगोरा पिटायचं कारण न्हाई. आमचं पटत न्हाई तर स्वत:च्या हातनं भाजीभाकरी करून खावी. तुम्हाला दाणं दिलं म्हंजे झालं न्हवं?"

"व्हय बाबा, बरोबर हाय तुझं!" असं म्हणून म्हातारीनं डोळ्याला पदर लावला आणि म्हाताऱ्याला उठवत म्हणाली, "चला, आपली भाकरी आपुन करू आणि खाऊ." भीमा माघारी फिरत म्हणाला, "हंगाशी! हे सगळ्यात उत्तम! त्याच्याही दारात जायला नको आणि माझ्याही दारात याला नको."

"खरं हाय बाबांनो!" असं म्हणून म्हातारा उठला आणि चालू लागला. त्याच्या हातांपायातलं अवसानच गेलं होतं आणि एक म्हणता त्याला दहा आठवत होतं.

■

कोंडी

तिसऱ्या प्रहरची मोट धरायला म्हणून जाधवाचा तुका उचलत्या पाउंडानं रानाकडे चालला होता. पायातल्या पायताणाचा नवा जोड कारकार वाजत होता. लांबलांब ढेंगा टाकत तो घाईनं निघाला होता. पुढं बघून तो आपली वाट कात्रत होता.

गावाचा ओढा जवळ आला, तसा तो थांबला. पायातल्या व्हाना काढून त्यानं हातात घेतल्या. दुसऱ्या हातानं धोतर वर धरलं आणि बेतानं तो ओढ्यात उतरला. लपाक् लपाक् आवाज करीत वहात्या पाण्यातून तो चालू लागला. चालताचालता एकाएकी मान वर करून तो उभा राहिला.

लांबनं पावा ऐकायला यावा तशी शीळ कानावर आली. पाय न उचलता मान वाकडी करून तो बघत राहिला.

गुडघ्याइतकं ओढ्याचं पाणी खाळखाळ वाजत होतं. कासराभर खालच्या अंगाला भाऊ मलगोंडा पाण्यात उभा होता. पाण्याच्या एका कडेला सुताराची किस्नी पुढं बघून दगडावर धुणं धूत होती. मान खाली घालून ती ओणवी उभी होती. भाऊ मलगोंडा तिच्याकडं बघून चेष्टा करीत होता. जनावराला पाणी दाखवताना शीळ घालतात तशी तोंडानं शीळ घालत होता. एक लंगोटा लावून उघड्या अंगानं उभा होता.

पाण्यातनं पाय न उचलता तुका तसाच बघत उभा राहिला. काय खेळ चाललाय हे, उगच लांब राहून बघावंसं त्याला वाटलं. आवाज न करता तो उभा

राहिला आणि मान फिरवून आजूबाजूला बघू लागला.

लांबवर वरच्या अंगालाही कोणी दिसत नव्हतं. खालच्या अंगालाही कोणी नव्हतं. वरच्या बाजूला मोकळ्या रानात एक कुळव तेवढा चाललेला दिसत होता. लांब पल्ल्यावर हिरव्या बांधाला दोन म्हशी चरत होत्या. बाकी कुणाचा वावर नव्हता. आजूबाजूला बघून झाल्यावर तुकानं पुन्हा खालच्या अंगाला नजर लावली. टक लावून तो बघत राहिला.

मैदानात उठाबशा काढल्यागत भाऊ मलगोंडा वहात्या पाण्यात अंग बुडवत होता. उभा राहून हातपाय चोळत होता. उगचच दंड थोपटत होता. मजा करत होता.

खसाखसा अंग चोळल्यागत करून तो पुन्हा खाली वाकला. सप्पय पाय पसरून पाण्यात बसला आणि तोंडानं शीळ घालत किस्नीकडं बघत राहिला.

धुताधुता नजर वाकडी करून तिनं एकदा मागं बघितलं आणि बघितलं न बघितलं असं करून ती पुढं बघून धुण बडवू लागली. घाईघाईनं आपलं काम आवरू लागली.

पाय पसरून पाण्यात बसलेला भाऊ मलगोंडा शीळ घालायचा थांबला आणि तिच्या रोखानं पाणी उडवत राहिला. एकदा दोनदा अंगावर पाण्याचे थेंब आले, तरी ती काही बोलली नाही. तशीच पुढं बघून धुणं धुऊ लागली. खणंल तसं तसं मऊ लागत चाललं आणि भाऊ मलगोंडा चेकाळला. साप्साप् तो पाण्यात हात मारू लागला. तिच्या रोखानं पाणी उसळी मारून वर उडू लागलं. सरवाटानं अंग भिजावं तसा तिच्या पाठीवरचा लुगड्याचा पदर पाण्यानं भिजू लागला. पावसाच्या पाण्यागत अंगावर शिंतोडे येऊ लागले, तशी हातातलं काम सोडून ती गप उभी राहिली आणि मागं न बघताच म्हणाली,

"कां, हात गप ऱ्हावत न्हाई व्हय?"

तो हात आखडता घेऊन म्हणाला,

"अंगावर पाणी आलं व्हय तुझ्या?"

"गप फुडं बघून अंगूळ कर आन् जा की बापड्या!"

गप न बसता त्यानं पुन्हा एकदा अंगावर पाणी उडवलं, तशी ती रागानं उसळून म्हणाली,

"का, कसं व्हाय लागलंय?"

"काय न्हाई, जरा साबन असला तर अंगाला लावायला दे की."

त्याच्याकडे बघून ती म्हणाली,

"अंगाला लावायला साबन पायजे झालाय व्हय?"

"व्हय, असला तर दे."

''एवढी भीक मागून थेर करायला कुणी सांगितलंय?''

तो खो खो हसला आणि म्हणाला,–

''अगं न्हाई म्हन!''

न बोलता ती खाली वाकली आणि पुढं बघून दगडावर धुणं धुऊ लागली.

भाऊ मलगोंडा तिच्याकडे खुळ्यागत बघत राहिला आणि पाण्यातनं वाहत गेल्यागत करून तो जरा जवळ गेला. हळू आवाजात हाक मारावी तसा म्हणाला, ''किस्ने, ए किस्ने...''

ती चपापली हातातलं धुणं सोडून उभी राहिली. तोंडावर गळणाऱ्या बटा तिनं घाईनं मागे सारल्या आणि लगबगीनं पदर सावरून पाण्यातनं वर होत ती म्हणाली, ''लांब हो, न्हवं म्हणशील बघ!''

भ्याल्यागत करून ती आजूबाजूला बघू लागली आणि पाण्यात उभा असलेला जाधवाचा तुका तिला नदर पडला. एक देव भेटल्यागत तिला वाटलं. आधार मिळाल्यागत झाला. एकाएकी जवळचं नातं जोडून ती म्हणाली,

''काय तुकाभाऊजी, रानाकडं निघालाय काय?''

चालल्यागत करून तो म्हणाला,

''व्हय, रानाकडं चाललोय.''

तिनं तुकाला हळी दिली तसा भाऊ मलगोंडा चपापला. मागे बघत बोलला, ''का रं तुक्या, रानाकडं चाललायस?''

''व्हय, मळ्याकडं निघालोय. मोट धरायची हाय.''

''मग वकुत झाला की गा लई.''

''व्हय वकुत झालाय,'' असं म्हणून तो थोडकं हसून म्हणाला, ''होईना का वकुत! का कुठं रोजानं जायचं हाय?''

''ते काय न्हाई खरं.''

तुका एवढं बोलून निघून जाईल या भीतीनं तिनं विचारलं, ''व्हय भाऊजी, माळवं काय केलया का न्हाई रानात?''

''माळवं काय भेंडी, बांवची हीच की.''

त्याला बोलण्यात गुंतवावं म्हणून ती पुन्हा म्हणाली,

''दिसला न्हाई लई दिसात?''

''हा ऽऽय तापद्रा हाय न्हवं. कसं दिसणार?''

''वैनीबी फिरकल्या न्हाईत?''

''कामातनं येळ व्हाया नगो ऽऽ?''

''बोलीवलंय म्हणून सांगा की एकदा.''

''आणि सवड काढून तुम्ही आला तर?''

"मीबी ईन खरं?"

पाऊल उचलत तो बोलला,

"काय धुयाला आला होता?"

अंगाचा थरकाप झाल्यागत ती पुढं होऊन म्हणाली,

"थांबा की जरा. का गडबड?"

तिच्या बोलण्याचा हेतू ध्यानात येऊन भाऊ मलगोंडा चपापला. गडबडीनं तो ओढ्यातनं वर झाला. अंग न पुसताच धोतर नेसू लागला. घाईघाईनं आवरू लागला.

पलीकडच्या अंगाला उभं राहून तुकानं चंची काढून हातात घेतली आणि त्याच्याकडं बघून तो म्हणाला, "काय, झाली अंगूळ?"

"अंगूळ झाली. जायचं आता."

"का, घाई हाय? या की पान खावा या."

"पानबीन काय नको जातो."

"का हो?"

"जायचं हाय गा" असं म्हणून त्यानं कसा तरी लंगोट पाण्यात खळबळला आणि आपल्या वाटेला लागल्यागत करून तो म्हणाला,

"का येळ, झाली न्हाई व्हय?"

"झाली की. पान खाऊन सुटायचं."

तोंड फिरवून तो चालू लागला. सोडलेली चंची हातात घेऊन तुका गप उभा राहिला. किस्नी काही तरी बोलेल याची वाट बघत राहिला.

भांबावून उभी राहिलेली किस्नी काही तरी बोलायचं म्हणून म्हणाली, "कुठं मळ्याकडं निघालाय व्हय?"

तो हसून म्हणाला, "व्हय, मळ्याकडं निघालोय."

खाली मान घालून ती उगचंच बोलली, "धुणं एवढं धुयाचं हाय."

तो पुन्हा हसला आणि लांब दिसणाऱ्या भाऊ मलगोंडाकडे बघून म्हणाला, "लई नल्ल्याक हाय! एकजात सगळं भाऊ असंच!"

"असं ना का नल्ल्याक! आपल्याला काय करतोय?" असं म्हणून ती धुण्याच्या दगडाकडे वळली, तसा थोडकं हसून तोही चालू लागला. हातातल्या व्हाना पायात घालून सपाट्यानं निघाला. केळीच्या कोक्यागत दिसणाऱ्या किस्नीकडं एकदा मान मागं फिरवून बघावंसं त्याला वाटलं. चालता चालता त्यानं मागं फिरून बघितलं. नजरानजर झाली आणि तो दचकला. उगच खाली वाकल्यागत करून तो पुन्हा चालू लागला. पुढं बघून सुसाट सुटला. लांबलांब ढेंगा टाकीत चालला...

पायात काटा मोडून कुरूप व्हावं, तशी ही गोष्ट तुकाच्या मनात सलत

राहिली. एकाला दोन दिवस झाले, तरी मनातनं काही जाईना झालं. त्यानं दुपारचा भाकरतुकडा खाल्ला आणि त्याचं मन चुळबुळू लागलं. गप एक घटकाभर पडायचं सोडून दुपारचाच तो खोपीबाहेर पडला. मुद्दाम वाट वाकडी करून सुताराच्या पट्टीकडे निघाला.

किस्नीचा नवरा त्याच्या घसटीतला होता. दुपारची भाकरी खाऊन तो बांधाच्या झाडाखाली कलंडला होता. गार जरा सावलीला पडला होता.

त्याला बघून तुका जवळ गेला. उगच थोडा वेळ उभा राहिला आणि त्याच्या उशाला दोन पायावर बसून तो म्हणाला,– "रामा, ए रामा."

नेसूचं धोतर तोंडावर घेऊन रामा गपगार पडला होता. त्याला चांगली गोळी लागली होती. तो काही उठायचं चिन्ह दिसत नव्हतं.

मग तुका नीट बूड टेकून बसला आणि त्याला हाताची ढोसणी देऊन म्हणाला,

"उठ रे कुंभकर्ण्या, रामा ऽऽर!...."

रामा एकाएकी हडबडून जागा झाला. गडबडीनं तोंडावरचं धोतर बाजूला करून म्हणाला,

"कोण ते, आ ऽऽ, कां रं तुका?"

"लेका कप्पाळाला आठ्या घालून बघू नगो. उठून बस. ऊठऊठ मर्दा! काय घोरत पडलाईस?"

आळोखेपिळोखे देत रामा उठून बसला. धोतराच्या निऱ्या करत म्हणाला, "का गा आज दोपारचंच? काय मोटवान मोडलं का काय?

"झोप दांडगी गड्या तुझी!"

"ते कुठलं गा, आता वाईस कलांडलो हुतो. जरा कुठं डोळा लागला होता बघ."

तुका आलकटपालकट घालून सप्पय बसला. मांडीवर चंची सोडून म्हणाला, "घे पान."

दोघांनी बसून पान खाल्लं. कामधंद्याच्या दोन गोष्टी झाल्या. तुका त्याच्या तोडाकडं बघत राहिला. त्याला काही अंदाज येईना झाला. काही चलबिचल दिसेना झाली. गोष्ट कशी कानावर घालावी याचा तो विचार करीत बसला.

रामानंच विचारलं,– "आज का येणं केलंस?"

"आलतो तुझ्याकडंच. भेटावं वाटलं."

"आज कुणीकडं दिस उगवला म्हणायचा?"

तुकानं मन घट्ट केलं आणि विचारलं,

"काय दोन दिसांतली हकिगत?"

"काय न्हाई बा!"

"काय न्हाई?"

"काय न्हाई, का?"

तुकानं विचारलं,– "किस्ना वैनीनं तुला काय सांगितलं न्हाई?"

"काय न्हाई, का?"

रामा कावराबावरा होऊन बघत राहिला आणि तुका बोलला,

"सांगाय पायजे हुतं."

"काय म्हणतोस?"

"न्हवं, तिनं तुला कायच सांगितलं न्हाई?"

"काय न्हाई, काय सांग की."

"मग मी तरी कसं सांगू गा?"

"काय, सांग की."

चंचीतली तंबाखू काढून त्यानं तळहातावर घेतली आणि अंगठ्यानं तंबाखू चोळत तो सांगू लागला,–

"परवाच्या दिवशी गा..."

"हां ऽऽ."

"दोपारचं मळ्याकडं चाललो होतो. किस्नावैनी वड्याला धूत होती. त्यो भाऊ मलगोंडा गा... अंगावर पाणी उडवून चेष्टा करत होता."

तुकानं घडलेली सारी हकिगत तेलमीठ लावून सांगितली. रामाच्या काळजाला भसकं पडलं. त्याला काही सुचेना झालं. बसल्या जागी तो हातानं खालची माती ओढू लागला. दम लागल्यागत त्याची छाती वरखाली होऊ लागली. तोंडानं शिव्या देत तो दातओठ खाऊ लागला. त्याला बेभान झालेलं बघून तुका बोलला,– "दांडगेसूर हैत गाऽऽ. त्यास्नी माज आलाय!"

"टाळकी फोडीन एकेकाची!"

"तेवढं सोपं न्हाई गा ते."

"मेलो तरी बेहेत्तर!"

"शानाच हैस!"

रागाचा पहिला कढ थोडा निवला आणि त्यानं पुन्हा विचारलं,– "तुका, गोष्ट खरी म्हणतोस ही?"

"खोटं कशाला सांगूं? जे डोळ्यानं बघितलं ते सांगितलं. पर माझं नाव सांगूं नकोस."

"तू सोताच्या डोळ्यानं बघितलंस न्हवं?"

"मी बघितलं खरं, माजं नाव घेऊ नकोस. बेनी खून करतील माझा!"

“हूं ऽऽ खून करत्यात! त्यास्नी गावात व्हायाचं नसंल!”

“अरं एकाला हत्तीगत चौघं भाऊ हैत त्याला. पिसाळली म्हंजे वल्ली फाडून खातील!”

“फाडून खाणार बघितल्यात मस्त! अंगावर पाणी उडवितोय काय? हात तोडीन म्हणावं!”

रामा पेटला. ओलं लाकूड धुपत राहावं तसा धुपू लागला. एकाएकी तो उठला आणि चालू लागला. तुकाही उठत म्हणाला, “रामा, काय करतोस रं?”

“असाच जातो की गावाकडं.”

“बेतानं रं बाबा!”

मागं बघून तो म्हणाला, “का, कर न्हाई त्याला डर कशाची?”

“ते न्हवं, कुणाला तरी संगं घेऊन जा.”

“का, मारतील व्हय, सगळं मिळून?”

“ऐक माझं, नल्ल्याक मानसं हैत ती.”

“असूद्यात. बघतो त्यांचं!”

रामा लगालगा चालू लागला. तुकाही आपल्या वाटेनं मळ्याकडं निघाला. तावातावानं गावाकडं निघालेला रामा थांबून मोठ्यानं म्हणाला,

“तुका ऽऽ ए तुका, तू येतोस का रं संगं?”

हात हलवून तुका म्हणाला, “मी न्हाई बाबा” आणि मागे न बघता तो धूम पुढं सुटला. तुका थांबला नाही तशी रामानं थोडी कच खाल्ली; पण मागं न वळतां तोही पुढं चालू लागला; गाव जवळ येत चाललं तशा एक सोडून हजार गोष्टी त्याच्या मनात येऊ लागल्या. थेट भाऊ मलगोंडाच्या घराकडे जाण्याऐवजी तो आधी आपल्या घराकडे गेला, खरंखोटं आधी घरात विचारून घ्यावं आणि मग जाब विचारायला जावं, असा विचार करून तो घरात आला.

तुकानं सांगितलेली गोष्ट काही खोटी नव्हती. घरात दुजोराच मिळाला. रामा भडकला. आईबहिणीवरनं शिव्या देत तो घरातनं बाहेर पडला. हातात एक काठी घेऊन चालला. बायको दाराच्या तोंडाशी येऊन म्हणाली,

“दमानं घ्या–”

“व्हय दमानं घेतो!”

त्याची आईही म्हणाली, “बाबा, मुलखाची खट्याळ माणसं हैत ती. चार शबुद बोलून गुमान घरला ये. भांडाण काढत बसू नको.”

अंगणात उभा राहून तो म्हणाला,–

“आए, हात निखळतो कोपरापासनं!”

“अरं बाबा, तसं काय करू नको. हे बघ, ऐक माझं.”

हातातली काठी नाचवत तो म्हणाला, "काय सांगू नको. वाकडी नजर करून बायकूकडं बघतोय! डोळ्यात शेंडाचा चिक्क घालतो त्याच्या! जन्माचा आंधळा करून ठेवतो त्याला...."

आई ओरडून म्हणाली, "रामाऽऽ ए लेकरा, अरं ऐक माझं–"

"काय ऐकू? मोंगलाई वाटली काय त्याला?"

हातात काठी नाचवत तो चालू लागला. कुणाचं न ऐकता पुढं निघाला. आई आणि बायको काळजी करत घरात बसली.

तावातावानं तो भाऊ मलगोंडाच्या वाड्यात शिरला. जोत्यावर बसलेला भाऊ मलगोंडा हसून म्हणाला,

"का रामाभाऊ सुतार, का आलं?"

निर्लज्जासारखं त्यानं असं हसून विचारलं आणि अगडबंब दिसणाऱ्या त्या उघड्या देहाकडं बघून रामा हादरला. झर्रर्कन् त्याच्या रागाच पारा खाली आला. आपल्या दाडवानाखाली काठी धरून तो गरिबागत उभा राहिला आणि म्हणाला, "मालक, तुम्ही दांडगेसूर हैसा!"

"बरं मग?"

"मी गरीब सुतार हाय."

"फुडं?"

"फुडं काय?"

"फुडं काय न्हाई, मग का आलाईस?"

"तुम्ही वळका आणि सांगा." कोडं घातल्यागत रामा बोलला आणि विचार केल्यागत करून भाऊ मलगोंडा म्हणाला,

"मग काय, पोटाला दाणं पायजेत?"

एकाएकी राग उसळून आला आणि रामा भाडकन् म्हणाला, "दाणं घाला खड्ड्यात!"

"आँ ऽऽ लई राग आला रं राम्याऽऽ"

"राग येण्यासारखी गोष्ट केलीया तुम्ही, तर मग राग येऊने?"

"काय गोष्ट केली म्हणतोस?"

"लोकांच्या बायकांची चेष्टा करता?"

एकवार नजर रोखून भाऊ मलगोंडानं त्याच्याकडं बघितलं आणि जाब विचारावं तसं विचारलं–

"तू सोताच्या डोळ्यानं बघितलईस?"

"बघायला कशाला पायजे?"

“मग जा चावडीमागं आणि मार जा बोंब!”

रामा हळू आवाजात म्हणाला, “हे काय बोलणं झालं?”

आवाज चढवून त्यानं विचारलं,– “तरीच काठी घेऊन आलाईस व्हय? मारायला आलाईस काय रं?” डोळे वटारून भाऊ मलगोंडा त्याच्याकडे रागानं बघत राहिला. रामाची पाचावर धारण बसली. वर मान करून बघायचा त्याला धीर होईना झाला. त्यानं मान खाली घातली आणि चाचरत बोलला,

“मारायला कशाला यावं?”

“मग काठी घेऊन कशाला आलाईस? चांगली लांबलचक आणलीयास की!” असं म्हणून त्यानं आपल्या दुसऱ्या दोन भावांना हाका मारल्या. “काय गडबड चाललीया?” असं म्हणून त्याचे दोन्ही भाऊ आतनं बाहेर आले. दावणीच्या जनावरागत ओळीनं तीन भाऊ जोत्यावर टेकून बसले. रामाकडे हात करून भाऊ मलगोंडा त्यांना सांगू लागला,– “हे तिरपिगडं सुतार काठी घेऊन मला मारायला आलंय.”

रामाचं काळीज लखकन् हललं. हातापायाचा थरकाप झाला. त्या दैत्यांच्या तीन पिल्लांकडं बघून तो दोन पावलं मागं सरून उभा राहिला.

मान वाकडी करून रामाकडे बघत थोरल्या भावानं विचारलं,

–“हे फेंगडं सुतार काठी घेऊन मारायला आलंय! काय घोडं मारलंयस त्याचं तू?”

भाऊ मलगोंडा कुचेष्टेनं हसून म्हणाला,–

“ह्येच्या बायकूची चेष्टा केलीया म्हणं मी!”

रामाला सवाल करत थोरला भाऊ म्हणाला,

“काय रं राम्या, काय तक्रार?”

रामानं थोडक्यात हकिगत सांगितली आणि गरिबागत चेहरा करून तो म्हणाला,

“तुम्हीच सांगा, असं ह्यानी करावं का?”

“थांबा, थांबा,” असं म्हणून भाऊ मलगोंडा म्हणाला,

“हे बघ, अजून चेष्टा केल्याली न्हाई; पर न करतापैकी जर अशी आदावत घेत असशील तर मातूर बायकूला घरात दडवून ठेवा. आता चेष्टा केल्याबिगर ऱ्हानार न्हाई.”

“अहो, अदावत घ्यायला मला काय सपान पडलंय?”

“हे बघ, अंगूळ करताना एकाद्या येळस पाणी उडालं असंल; पर चेष्टा केल्याली न्हाई मी. जरा सुद्दीवर येऊन बोल.”

“मग बायकू सांगती ते खोटं?”

"बघा कसा बोलतोय!" असं म्हणून भाऊ मलगोंडा आपल्या दोन्ही भावांकडं बघत राहिला.

त्याचा थोरला भाऊ म्हणाला,

"खुळ्या रामा, अशी आदावत कुणावर घेऊने."

"अहो, आदावत न्हाई खरी गोष्ट हाय."

"मग दोन दिवस काय निजला होतास व्हय?" दुसरा एक भाऊ हात नाचवून म्हणाला,

"आणि एवढी आब्रूची चाड होती तर तुझ्या बायकूनं ओरडून चार लोक तवाच गोळा करायचं न्हाईत का? का गप बसली गा?"

भाऊ मलगोंडा म्हणाला, "तवा तिला ग्वाड वाटलं असंल!"

थोरला भाऊ डाफरून म्हणाला, "जा, लई शाना हैस! कुठं बोलशील असं तर दाडवान निखळून हातावर ठेवीन! खबरदार!"

रामाच्या पोटातली आतडी गोळा होऊन आली. जीव कालवून आला. उभं राहण्यात अर्थ नाही असं वाटून तो गुमान माघारी फिरला आणि मान खाली घालून चालू लागला. त्याला ऐकायला जाईल अशा आवाजात भाऊ मलगोंडा म्हणाला,

"बघायला गेलं तर तोळामासा जीव न्हाई आणि काठी घेऊन आलाय!"

हातातली काठी आपल्याच टाळक्यात घालून घ्यावी असं त्याला वाटलं. झक् मारून झुणका खाल्ल्यागत त्याला झालं. त्याच्या रागाचा पारा झरझर वर चढू लागला. चालता चालता रामा दातओठ खाऊ लागला. त्याचा पाय धरणीला ठरेना झाला.

त्याची आई आणि बायको दोघीही त्याची वाट बघत दारात उभ्या होत्या, भिऊन गाबागाब झाल्या होत्या.

तावातावानं रामा घरला आला आणि हुंबऱ्यावर काठी आपटून म्हणाला,

"किस्ने, लाजमुडेऽऽ, अग वड्यातच बोंब मारायला काय धाड झाली होती?"

भ्यालेली म्हातारी सुनेला घेऊन गुमान आत गेली. दाणदाण पाय वाजवत रामा हुंबरा चढून सोप्यात आला. रागाच्या सपाट्यात त्यानं ठ्वैं करून काठी भिरकावून दिली. संतापानं त्याचं अंग थरथरू लागलं. आत बघून तो ओरडला, "अगं, एवढी चेष्टा करूस्तवर तू गप कशी बसलीस?"

आतनं म्हातारी म्हणाली, "असू द्या बाबा! झालं गेलं गंगेला मिळालं. आता गप बस बघू."

रामा खेकसला, "काय गप बस! घ्याईची खाई झालीया माझ्या! काळजाला आग लागलीया. अंगाचा डोंब उसळलाय नुस्ता!"

“अरं, मग आता काय करायचं त्याला?”

“आता काय करतीयास?” असं म्हणून त्यानं कपाळावर हाताची मूठ मारून घेतली आणि एक मासा तडफडल्यागत करून तो म्हणाला,

“किस्ने, दोन दिवस झालं तरी तू बोलली कशी न्हाईस गं? दुसऱ्यानं सांगायची पाळी का यावी? बोल की गं?”

असं म्हणून तिच्या अंगावर तो धावून गेला आणि फडाफडा मुस्काडीत मारू लागला. तिच्या कानाचा गड्डा धरून तिला खाली वाकवत म्हणाला, “तुज्या अंगावर त्यानं पाणी उडवलं न्हवं, मग तू गप कशी बसलीस? आरडली असतीस तर चार लोक गोळा झालं नसतं? अगं, अशी कशी गप बसलीस तू?”

“सोड बाबा, सोड,” म्हणून म्हातारी मध्ये आली. त्यानं हातातला तिचा कान सोडला आणि बकाबका तिच्या पाठीत बुक्क्या घालत म्हणाला,

“पायात चपली न्हवती तुझ्या? चपली हातात घेऊन का हुबी ऱ्हायली न्हाईस? भ्या वाटलं व्हय तुला त्याचं? आज हे खपवून घेतलंय. उद्या आणि काय करंल. गप्पच बसणार व्हय तू? त्याचं बघून आणि धा लोक सोकावतील. तेबी चेष्टा करायला लागतील. गप्पच बसणार काय तू?”

त्याच्या बुक्कीसरशी धाडकन् ती खाली पडली. म्हातारी नाचून दंगा करू लागली. पोराचे हात धरून ती पाया पडू लागली. कुणाचं न ऐकता तो बायकोला लाथाबुक्क्या घालू लागला. काही केलं तरी त्याची पेटलेली घ्याई थंड होईना झाली. अखेर कंटाळून तो मारायचा थांबला. दोन्ही हातांनी कपाळ धरून गप खाली बसला. जीव काही शांत राहीना झाला आणि न राहवून एकाएकी तो गुरासारखं ओरडला,

“किस्ने ऽऽ किस्ने, अगं तू गप कशी ऱ्हायलीस गं! देवा ऽऽ कसली बायकू माझ्या गळ्यात बांधलीस!”

■

आभाळ

नेसूचं धोतरं तोंडावर घेऊन सोप्याला पडलेला हरीबा एकाएकी दचकून जागा झाला. अवचित जाग आली तो चटशिरी उठून बसला. घामानं ओलंकिच्च झालेलं अंग पुशीत स्वत:शी पुटपुटला, "काय गदमदाय लागलंय!"

आणि अंग पुसायचा थांबून तो एकाएकी बाहेर बघू लागला. भुलल्यागत बघतच राहिला. मनात संशय आला आणि हरीबा चटक्यानं उठून बाहेर दाराच्या तोंडाशी गेला. वर मानेनं भोवतीभर बघत राहिला.

आभाळ आल्यागत दिसत होतं. ढग उठले होते. एकावर एक कापसाचा ढीग रचावा तसे ते दिसत होते. पांढरे-काळे ढग गोळा झाले होते. वारा थांबला होता आणि सगळीकडे धुरकटल्यागत आभाळ काळं दिसत होतं. हा राजा आता काही तरी घोटाळा करणार! ह्यांतला एखादा ढग जरी गळला तरी केवढ्याला पडेल तो? कापलेल्या तंबाखूच्या चापाची काय गत होईल? हा बाबा चार थेंब शिंपडून गेला तर काय माती हाताला लागणार? दोन हजारांचं दोनशे रुपये तरी होतील? कशी आबदा होईल!.....

कावळ्यागत मान तिरकी करून बघत राहिलेला हरीबा आत वळला. सटक्यानं माजघरात गेला. घोरणं ऐकू आलं आणि उगच बघत राहिला.

जात्याला उसं करून पडलेली त्याची बायको निवांत पसरली होती. तोंडाचा जबडा उघडा ठेवून घोरत होती. बिनघोरी पडलेली त्या बाईला बघून हरीबाला चिरड

आली. एक ऐदान घेऊन डोक्यात घालावं असं वाटलं. त्या इसाळ्यासरशी तो पुढं झाला आणि आपल्या पायाचा आंगठा तिच्या पाठीत टोचून बोलला,

"अगं, बाई हैस का कोन?"

ती अवचित जागी झाली. उन्हानं घामेजून गेलेलं अंग लुगड्याच्या पदरानं पुसत बोलली,

"असं का हो! उनाचं जरा थंड पडीन म्हटलं तर तुमचं आणि काय!" गळ्या-कपाळाचा घाम पुसून ती पुन्हा एका अंगावर झाली, तसा हरीबाला पुन्हा इसाळा आला. तो उसळून म्हणाला,

"अग हुबाले, बाईनं घोरूने – घोरूने!"

"कवा हो?" असं विचारीत ती उठून बसली आणि तिची झोप उडाली. कावरीबावरी होऊन बघू लागली. ती उठली तसा हरीबा परड्याच्या अंगाला गेला. खळखळा चूळ भरून आत आला. बायकोकडे न बघताच तो पोत्यांच्या थप्पीकडे गेला. त्यानं धोतर आवरलं, मुंडं अंगात घातलं आणि थप्पीवर काढून ठेवलेला पटक्याचा गुंडाळा तसाच डोक्यावर ठेवून तो न बोलताच बाहेर निघाला. उठून बसलेली त्याची बायको गडबडीनं म्हणाली,

"का हो, कुठं निघालासा?"

पाय अडखळलेला हरीबा दारातनंच मागे वळून म्हणाला, "घातलीस आडामोडा!.... निगालतो चार घरं मागायला! आता काय म्हणू आणि तुझ्या तोंडाला–"

बाहेर निघालेला हरीबा मागे वळून सोप्यात आला आणि त्याच्या बायकोनं धीर करून विचारलं,

"भाईर निगालाय व्हय?"

"व्हय, भाईर निगालोय."

"मग च्या घेऊन जात न्हाईसा?"

"अगं हुबाले, काय म्हणावं आता तुला?"

फटशिरी चाबकाची वादी बसावी तसा त्याच्या बोलण्याचा तडाखा लागून ती येडबडून गेली आणि बावचळल्यागत गप बघत राहिली. ती अशी बघत राहिली आणि डोळे वटारून तो विचारू लागला,

"गदमदाय काय लागलंय, कायली काय व्हाय लागलीया, आभाळ काय आलंय आणि तुला च्या आठीवतोय व्हय? वाहुव्वा गं बायकू!"

न बोलता ती गप राहिली. उगच तोंडाकडे बघत बसली तसा हरीबा तावानं म्हणाला, "अगं शाने, माझ्या तोंडाकडं बघत बसलीयास? कवा बघितलं न्हवतंस तोंड?"

"मग काय करू तर?"

"हुबालेऽ ऊठ आणि भाईर आभाळ कसलं आलंय बघ आधी."

“आभाळ आलंया?”

“व्हय, काय हाय घोर तुला? रानात तंबाकूचा चाप पडलाय आणि तू घरात घोरतीयास!”

लगबगीनं ती बाहेर गेली. काळ्यामाळ्या घातल्यागत वर मान करून अंगाभोवती फिरत म्हणाली,

“ढग आल्यागत झालंय की हो.”

“आल्यागत आणि काय! दिसंना! जरा मान फिरवून बघ खालतीकडं.”

डोक्यावरनं खाली पडलेला पदर वर न घेताच ती खालतीकडे बघत राहिली आणि पुन्हा रागाचा झटका येऊन हरीबा म्हणाला, “अगऽऽ भाईर अंगणात ऱ्हायलीयास-पदुर-पदुर घे डोस्क्यावर!”

हरीबा खेकसला तशी मुकाट्यानं पदर घेऊन ती आत आली. मुकाट्यानंच माजघरात शिरली. सोप्यातनं आवाज आला, “काय आलंय का न्हाई आभाळ?”

“व्हय. आल्यागत झालंय जरा.”

“अजून जराच का? लई याय पायजे व्हय? चहूकडं भरून याला पायजे? गळाय पायजे?”

माजघरातनं उठून बाहेर येत ती म्हणाली,

“काय झालंय असं बोलायला?”

“काय झालं न्हाई, पर होईल. असंच घोरत जा घरात म्हंजे कोटकल्यान होईल बघ!”

ती बघत उभी राहिली आणि तराकलेला हरीबा फाडकन् म्हणाला, “जा पड जा की आत. चांगला सूर धरून घोर म्हंजे आभाळ याचं न्हाई.”

“माझ्या घोरण्यानं आभाळ येतंय व्हय?”

“अगं मग कशानं येतंय? काय मी आवतनं दिलंय काय त्याला?”

“असं का बोलाय लागलाइसा? काय आपली एकट्याचीच तंबाकू कापून रानात पडल्याली न्हाई”

हरीबा खवळून म्हणाला, “म्हंजे भिजली तर सगळ्यांची भिजंल असाच भावार्त न्हवं तुझा?”

असं म्हणून तो उठला आणि झटक्यानं बाहेर पडला. वाऱ्याची एक झुळुक अंगावर आली आणि अंगणातच तो उभा राहिला. वरमानेनं टेहळणी करू लागला.

मघाशी खालच्या अंगानं साचून आलेले ढग विरळ झाले होते. त्यांच्या कडा पांढऱ्या दिसत होत्या. पोकळीतला गडद निळा रंग जागजागी विखुरल्यागत दिसत होता. आलेलं आभाळ पांगलं होतं. त्यात मघाचा जोर नव्हता. एके जागी गोळा झालेले ढग फुटून पांगले होते. हळूहळू वर सरकत होते. त्या पातळ विरळ ढगांतून

मागचं निळं आकाश सावळं दिसत होतं आणि उन्हानं त्या रुपेरी कडा चमकत होत्या.

हरीबाला थोडा धीर आला. खाली बघून तो पुढं चालला... तसा लगोलग काही हा यायचा नाही. आता येतो येतो म्हणला तरी उद्यावर ढकलंल. एकाला दोन रोज घेईल. आणि हा राजा उद्या परवा आला तर? उद्या येवो, परवा येवो, खेळखंडोबा झाल्याशिवाय राहील? आजचं दुसरं ऊन. अजून तीन उनं कशी पार पडायची? तीन दिवस कसं जायाचं? आजचा दिवस सोडून तीन दिवस! जातील?... चालता चालता त्यानं वर बघितलं. एकावर एक रचून ठेवल्यागत ढग दिसत होते. थप्पीवर थप्पी! उतरंडीवर उतरंड! काळ्या, पांढऱ्या, तांबूस किरमिजी रंगांच्या छटा न्याहाळीत तो उभा राहिला आणि सोसायटीच्या कट्ट्यावर बसलेल्या टोळक्यातला एक जण म्हणाला, "काय हरीबा, चान्न्या बघाय लागलाय काय?"

काही उत्तर न देता हरीबा पुढंच निघाला.... लोक तरी किती भिकारचोट! डांबीस! ह्या मेंबरांनीच सोसायटी रसातळाला नेली. ना काम ना धंदा. जेवायचं आणि सोसायटीच्या कट्ट्यावर येऊन बसायचं. बसायचं ते बसायचं आणि वर जाणाऱ्यायेणाऱ्यांची टिंगल करायची. ऐतखाऊ लडदू! आईबापांनी मिळवलेलं खात बसायचं. दुसऱ्याला लुबाडायचं– हे मेंबर आणि ही असली सोसायटी! गरिबाला काळ. कडनडीला बाबांनो कर्ज द्या म्हटलं; तर मग ह्यांची मिट्टिंग व्हायची. तंवर थांबा! अर तंवर काय थांबा? घात गेल्यावर काय तुमच्या बानं पेरणी करायची? सोदे! निव्वळ लफंग्यांचा बाजार– आणि तुम्ही कशी उचल करता रं! तुम्हाला नसती ती मिट्टिंग? खावा खावा लेकानूं! वर बसलाय तुमचा आज्जा हिशेब करत. कवा तरी वकायची पाळी आणंलच. मग मोजत बसा चान्न्या!....

काय हरीबा, चान्न्या बघाय लागलाय काय! वा रं विचारणं! हसून विचारतोय! का बाबा कसलं हसू येतंय? हे आभाळ असं कराय लागलंय आणि तुम्हाला हसू कुठलं येतंय रं बाबांनो? दुसऱ्याचं हसू व्हावंसं वाटतंय व्हय?....

हरीबा पेठेत शिरला आणि मुंगल्याचा गणा आंब्यांच्या डहाळ्यांनी भरलेली गाडी घेऊन समोरनं आला. तो बघून हसला तसा हरीबा बोलला,

"काय गा काय तापद्रा?"

गणा गाडी थांबवून म्हणाला, "हे काय आंब्याचं ढाळं आणलं."

"कशाला रं हे एवढं?"

"भले ऽऽ! गावात हाय का कुठं? लगीन न्हाई देसायाच्या लेकीचं? बसा गाडीत. चला जाऊ मांडव घालायला."

"मांडव हुबा कराय लागल्यात व्हय?"

"चला की जाऊ."

"न्हाईगा– मी जरा रानाकडं चाललोय."

"अहो चला मांडव घालायला."

"न्हाई, व्हा फुडं."

गाडी हालली. हरीबानं एकवार मागे वळून बघितलं. आंब्याच्या डहाळ्यांनी ठिच्चून भरलेली गाडी बघत तो थोडा वेळ उभा राहिला आणि पुन्हा चालू लागला.

...लगीन देसायांचं आणि राबणार गाव! जंगी मांडव घाल जंगी! गावजेवणं घालायला काय जातंय! साऱ्या गावच्या माना मुरगाळून पैसा केलाय– काय कमी केलंय देवानं? गोरगरीब व्याजांत दळत बसल्यात. तुझं घर भरत चाललंय. मांडव घालायला आणि खुळी राबत्यात. काय तोटा पडतोय कोणत्या गोष्टीचा? रात्रंदिवस राबून लोक मांडव घालत्यात. कावडीनं पाणी आणून ओतत्यात. तू कर बाबा आपल्या लेकीचं लगीन थाटात! काय दुकतंय तुझं? खरकटी काढायला होतात पुढं लोक. चांगला इन्फंट्री आणि बँड आण! हलगी वाजविणारी गावची मागं बसुंद्यात बघत! ताशेवाले आणि कोरव्याला दारात उभा करू नको. जोरात होऊ द्या लगीन. लंका कर लंका! आणि काय पोरगी तर भाद्दराची सीतासावित्रीगत! कोण तिच्याकडं ढुंकून बघणार नाही ते लग्नाला तयार झालंय. टाक वाजवून! अर सवकार लोकांचं खपून जातंय. गरिबांचंच चालत नाही बाबा! आणि असल्या लेकी देव तुमच्याच पोटी घालणार. गरिबाच्या घरांत खपंल?.... हे थेर चालतील? गळा कापून जीव घेऊ! काय लेक, काय लगीन आणि गाव मांडव घालायला निघालंय. लोक तरी काय कण्याला सोकावत्यात....

चालता चालता हरीबा थांबला. नव्या सिमेंट काँक्रीटच्या इमारतीकडे बघत उभा राहिला.... हे ग्रामसेवकाचे हापीस! हापीसाचा ग्रमसेवक! काय खेळखंडोबा! एवढं सिमेंट महागलंय आणि काय म्हणून सरकारनं ही इमारत उठवली असंल? गावच्या विरोबाला चांगलं देऊळ मिळना. त्याची कुणी डागडुजी करत नाही आणि ग्रामसेवकाला ही टोलेजंग– दणदणीत इमारत! त्यात त्याला बसवून काय पूजा करायची त्याची? काय खुळचटपणा ह्यो. तिथं खुर्चीत बसून हा ग्रामसेवक करणार काय, तर सुधारलेलं बी-बियाणं देणार. कवा? पेरणी आटपल्यावर! मग ते घेऊन काय पेटवायचं का आग लावायची त्याला? आणि सल्फेटचं काय बाबा? विचारावं तवा संपलंय. का संपलंय? तर आतल्या अंगानं दिलंय! बडी कुळं गाठून ठेवा, आतल्या अंगानं लाच खावा आणि पुसा पानं आमच्या तोंडाला. कोण तक्रार करणार ? आणि काय चालणार! आणि म्हणं जपानी भातशेती करा! जपानी करा काय जर्मनी करा! अरं बी द्या की. खतं द्या की. काय उगच करा. काय करा? करा काय? तुमचं नाक करावं काय? खपली लावू नका. कानफाड्या करा. अरं कुठला कानफाड्या? आणायचा कुठला? काय आपच्या परड्यात होतोय काय? म्हणं

तांबेरा पडंल... अर पडूद्या! आणि ह्या ग्रामसेवकाला ही असली इमारत! चोरांचा बाजार. काय दिवे लावणार हा बाबा इथं बसून? विड्या फुकत बसणार? काय म्हणून ओतला असेल पैसा? किमान पाच-सहा हजार रुपयं तरी घातलं असती. येवढ्या पैशांत गरिबांच्या किती पोरींची लग्नं झाली असती?...

हरीबा भुलल्यागत त्या इमारतीकडे टक लावून बघत राहिला आणि आतनं ग्रामसेवक म्हणाला,

“काय, या की आत.”

“राम राम.” करून हरीबा तोंडाला गेला आणि बाहेरच्या पायरीवरच बसत म्हणाला,

“काय आज फिरतीवर न्हाई वाटतं? हापिसात मुक्काम जणू.”

“आत या की.”

“न्हाई. भाईरच बरं हाय.” असं म्हणून बाहेर आभाळाकडे बघत त्यानं म्हटलं, “वडा की खुर्ची जवळ. हा– अशी वाईस दाराच्या तोंडाला.”

ग्रामसेवकानं आपली खुर्ची दाराच्या तोंडाला आणली आणि हरीबानं विचारलं,

“साहेब, ह्या इमारतीत किती पैसा वतला हो? पासा हजार घातला का?“

“पाच-सहा हजार?” असं म्हणून ग्रामसेवक तोंडाकडे बघत म्हणाला, “दहा हजार रुपये खर्च आला– दहा हजार! ”

हे ऐकून धक्का बसलेला हरीबा न बोलता गप्पच राहिला. बाहेरच्या आभाळाकडे नजर लावून बघू लागला.

खालतीकडचे ढग वरतीकडे सरकले होते. एका बाजूला आभाळ निवळलं होतं आणि दुसऱ्या अंगानं भरून येत होतं. ढगाला ढग मिळत होते. त्या गोळा होऊन आलेल्या ढगांकडे बघत हरीबा बोलला,

“हा राजा काय करतोय कळत न्हाई.”

ग्रामसेवकही बाहेर बघत म्हणाला,

“व्हय, गदमदाय लागलंय. काय नेम नाही त्याचा.”

चटकन मान फिरवून हरीबानं एकदा त्याच्याकडे बघितलं आणि मग न बोलताच तो तिथनं उठला. बाहेर पडला. एकदा नाही, दोन नाही. तो आपला चालू लागला....

काय करतोय? तर म्हणं नेम नाही त्याचा! काय घालावं तोंडात ह्याच्या? पाऊस पडला तर ह्यांचं का जातंय? त्यांचा पगार बुडतोय? लागेना झळ आम्हाला... हे काय आमचं हित बघणार? कशाचं सरकार आणि कशाचं काय!....

त्या तारेतच हरीबा पुढं निघाला. मागनं हाक आली,

“काय हरीबा, ए की गा.”

हरीबानं मागं वळून बघितलं. रामजीकाका बोलावीत होते. त्यांना ओलांडून पुढं

न जाता हरीबा माघारी वळला. त्यांच्या शेजारी बूड टेकून म्हणाला,

"काय काका, बसलाय निवांत."

"व्हय, काय गडबड?"

"मग?"

"हे आभाळ एक का घाबरं कराय लागलंय की."

रामाजीकाकांनी खाकरा काढला. डोळे बारीक केले आणि मान वर करून बघितल्यागत ते म्हणाले,

"किती उनं झाली?"

"आजचं दुसरंच की हो."

"असूद्या."

"आणि आभाळ उठाय लागलाय की."

"त्यात काय दम न्हाईगा. उगाच पोटात भ्या."

"दम न्हाई म्हणता?"

"वरतीकडं ईज होती का?"

"ते काय अजून न्हाई."

"न्हाई न्हवं? मग काळजी करायचं कारन न्हाई. जवा ईज व्हाय लागंल तवा ते खरं म्हणायचं. हे आपलं उगच साँग हाय गा. भ्या दावायचं काम."

हरीबानं आशेनं विचारलं, "मग ह्यात काय दम न्हाई म्हनता?"

"पोकळ गाऽऽ. कशाचा दम?" असं म्हणून रामजीकाकांनी चंची सोडली आणि हरीबाच्या हातात पान देत विचारलं, "काय देसायाच्या लेकीचं लगीन गाजाय लागलंय."

"व्हय. आज मांडव घालाय लागल्यात."

"मग तुम्ही औंदा वाजीवत का न्हाई?"

"लेकीचं म्हणतां व्हय काका? जमलं तर औंदा बार उडवायचा बघा. काय हाय का कुठं स्थळ एकांदं?"

पानाचे देठ खुडीत रामजीकाका विचार करू लागले आणि देठ खुडल्यावर म्हणाले, "हाय एक जागा."

पान हातात तसंच धरून हरीबानं विचारलं,

"मुलगा बरा असला, पोटाला जरा जमीन असली म्हंजे मग जमवून टाकायचं. काय असलं नदरत तर सांगा."

हरीबा रामजीकाकांच्या बोलण्याची वाट बघत बसला. हातातलं पान तसंच धरून राहिला आणि विचार केल्यागत करून रामजीकाका म्हणाले,

"हाय एक मुलगा. पर जरा खर्चा करून द्यावं लागंल."

“देऊ की. लगीन करून देऊ. औंदाची तंबाखू पोरीच्याच नावानं धरलीया हो! त्या पैशावर आमची आशा न्हाई बघा.”

“मग खर्चा करून द्यायला तयार हैस म्हण.”

“हाय की. पर मुलगा कसा काय?”

रामजीकाकांनी एक खाकरा काढला आणि हरीबाकडे बघत ते म्हणाले,

“घराणं चांगलं हाय गा. पोरगा बी शिकल्याला हाय.”

तोंडाला पाणी सुटून हरीबानं विचारलं,

“काय शिकलाय पोरगा?”

“झालाय की सातवी.”

“मग काय हरकत न्हाई. जिमीनबिमीन किती हाय?”

रामजीकाकांनी सांगितलं,

“तिकडनं काय टाचकं न्हाई गाऽऽ. धा एकर हाय की रान.”

“आणि पोराला भाऊ किती हैत?”

“हैत चौघं जण. पर सारी एकुप्यानं चालत्यात. चांगलं हाय.”

हरीबाला भूल पडली. रामजीकाकांनी दिलेली चुन्याची डबी हातात धरूनच तो बसला. पानाला चुना न लावता तो काकांना म्हणाला,

“कुठलं स्थळ म्हणायचं हे?”

“नेलींचं गाऽऽ– आमच्या पावण्यापैतलंच हाय.”

हरीबाला आधार वाटला. तंबाखू विकली आणि हातात पैसे आले की बार उडवून टाकायचा विचार त्याच्या मनात घोळू लागला. त्यानं विचारलं,

“काका, मग कवा जाऊया नेलींला?”

“तू म्हणशील तवा! कवा जाऊया सांग.”

हरीबानं विचार केला. कापलेली तंबाखू घरात आणायला अजून तीन उनं तरी पाहिजे होती. म्हणजे एक आठवडा ह्याच्यात जाणार. त्यानं सांगितलं,

“येत्या बेस्तरवारी रानातली तंबाकू तेवढी घरात आणून टाकतो. बोद भरून तेवढं जास्तानाला ठेवतो आणि मग कुनीबी एकांद्या दिवशी जाऊया.”

“मंगळवार-बुधवारला जाऊया? म्हणजे मग तसा सांगावा धाडतो.”

हरीबा काहीच बोलला नाही, तसं काकानं पुन्हा विचारलं आणि त्याच्या तोंडाकडं बघितलं.

हरीबा हातात चुन्याची डबी धरून तसाच बसून राहिला होता. डोळे आभाळाकडे लागले होते. वर बघतच तो म्हणाला,

“काका, ह्ये आभाळ काय करतंय कळत न्हाई. वरच्या अंगाला लक्क् केलं बघा.”

“ईज होतीया काय रं?”

“तसं काय तरी चिन्न दिसाय लागलंय. जातो आगुदर मळा तरी गाठतो.”

असं म्हणून हरीबा गडबडीनं उठला आणि पान खायचं विसरून तसाच पुढं निघाला. वर बघत खाली बघत त्यानं मळा गाठला.

थोडा वेळ वरच्या अंगाला वीज चमकल्यागत झाली. हरीबाचा जीव टांगणीला लागला. दिवस कलंडला. सगळं आकाश रंगीबेरंगी दिसू लागलं. वारा सुटला आणि ढग पांगले. निळ्याजांगळ्या आकाशात चांदणी चमकू लागली. जीव भांड्यात पडल्यागत झाला.

....रात्रीचं जेवण करून वस्तीला आलेला हरीबा खालवर वाकाळ घालून तंबाखूच्या चापाशेजारीच पडला होता आणि हवा बंद झाली. वारा थांबला. कोंडल्यागत वाटू लागलं. तोंडावरची वाकळ बाजूला सारून हरीबानं डोळे उघडले.

...डोळ्यांपुढे आभाळ दिसलं. खार आलेलं आभाळ! चांदणी दिसेना झाली. चंद्राचा ठावठिकाणा लागेना झाला. रानात मेंढरं बसावी तसे लहान लहान ढगांचे तुकडे आभाळात दिसू लागले. सारं आभाळ ढगाळून गेलं होतं. जिकडे बघावं तिकडे काळीपांढरी मेंढरं दिसत होती आणि गदमदत होतं.

अंगावरची वाकळ बाजूला सारून हरीबा चटशिरी उठून बसला. तंबाखूच्या चापाकडे बघत त्यानं दोन्ही गुडघ्यांना हातांची मिठी घातली आणि एका गुडघ्यावर हनुवटी टेकवून डोळ्यांनीच वर आभाळाकडे बघत तो म्हणाला,

“आलास मुळावर? आता जर तू गळलास तर काय तुझ्या नावानं बोंब मारायची?”

■

अर्धली

उजव्या पायावरचा धोतराचा सोगा हातात धरून बाकेराव गायकवाड सकाळीच धुळजीच्या खोपीपुढं येऊन उभा राहिला. दिवस उगवून कासराभर वर आला होता. धुळजीची पोरं उघड्या अंगांनीच बाहेर उभी होती. खोपीबाहेर बांधलेल्या म्हशीचं शेणघाणही अजून निघालं नव्हतं. म्हैस शेणातच पाय देऊन उभी होती. त्यांतच चिपाडं लोळत होती. अंगणांतला कोर तसाच होता. अशा सकाळीच बाकेराव दारात आला, तशी धुळजींची तिन्ही पोरं वर मान करून बाकेरावांकडं नुसतीच बघत राहिली. आकाशात उडणाऱ्या कबुतरांकडं टक लावून बघत रहावं तशी.

बाकेरावही लगालगा येऊन न बोलताच निश्चल उभा राहिला. उजव्या अंगावरचं धोतर वर धरून तो समोर बांधलेल्या म्हशीकडं टक लावून बघू लागला. एक डोळा बारीक करून त्यानं म्हशीची नीट पाहणी केली आणि मग दाताला दात टेकवूनच खालचं दाडवान एकसारखं दोन्ही अंगाला हलवत तो विचार करीत राहिला.

बाकेरावनं दोन सालांमागं अर्धलीनं दिलेली ती रेडी आता नीट ओळखूही येत नव्हती. धुळजीनं ती पाळायला आणली तेव्हा ती रेडी म्हणजे निव्वळ हाडांचा सांगाडा होता. त्यात काही अर्थ नव्हता. अंगावर कसलं ते मांस नव्हतं. नुसती कातडी राहिली होती. हाडं दिसत होती. कापायला द्यायची ती पाळायला दिली होती! तीच रेडी आता गाभ जाऊन चांगली आडवीतिडवी फुटली होती. एक-दोन वेतं झालेल्या म्हशीगत दिसत होती. चालताना पायाला पाय लागायचे ते आता

दोन्ही पायात कास मावत नव्हती. सड मुटक्यागत दिसत होते. पोटाखालच्या शिरा तट्ट फुगल्या होत्या. म्हशीनं आकार केला होता. वेत जवळ आलं होतं. आठपंधरा दिवसात ती व्यायला झाली होती. म्हैस बघून झाली, तसं बाकेरावाचं दाडवान हालायचं थांबलं. धोतराचा सोगा खाली सोडून तो वळून उभा राहिला आणि टक लावून बघत उभ्या राहिलेल्या पोरांना म्हणाला,

"कुठं गेला रं बा तुमचा?"

जैनाच्या स्वामीगत उघड्या अंगानीच उभी राहिलेली धाकटी दोन्ही पोरं आत पळाली आणि थोरलं पोरगं टिरीवर फाटलेली फाटकी चड्डी वर ओढून म्हणालं,

"आबा घरात न्हाई."

"मग कुठं गेलाय?"

खाली गळणारी चड्डी पुन्हा वर कमरेपर्यंत ओढून ते म्हणालं,

"कुठं रानात गेलाय जणू."

तोवर त्या पोरांची आई घाईनं बाहेर आली. पोटाला बिलगलेल्या माकडाच्या पिलागत एक पोर काखेत धरूनच बाहेर आली. मघाशी आत पळालेली दोन्ही पोरं चेंडूगत तिच्या पायातच खेळत होती. त्यांना पायानंच लाथाडून आणि एका हातानं घाईघाईनंच घोंगडं पसरून ती बाहेर उभ्या राहिलेल्या बाकेरावाला म्हणाली,

"या की, बसा या."

थोडा वेळ बाहेरच घुटमळून त्यानं आत जात विचारलं,

"कुठं गेलाय धुळजी? सकाळची गाठ पडंल म्हणून आलतो तरी त्येचा पत्त्या न्हाई व्हय?"

सोप्यात अंथरलेल्या घोंगड्यावर त्यानं बूड टेकलं तशी ती म्हणाली,

"तुमच्याफुडंच रानात गेलं न्हवं?"

"मग आता कवासं येनारं?"

"आता सांच्यापारीच येतील."

"झालं, म्हनजे आज पुन्हा भेट न्हाई."

"काय असलं सांगायचं तर सांगा की मला. काय सांगू त्यास्नी?"

"काय सांगायचं दुसरं!"असं म्हणून बाकेराव सप्पय मांडी घालून बसला आणि दाताला दात टेकवून खालचं दाडवान हलवत राहिला. तशी ती म्हणाली, "भेटायला सांगू का तुम्हाला?"

दाडवान हालवायचं बंद करून तो एकाएकी बोलला,

"वाळळ भेटून काय उपेग हाय? म्हशीचं काय तरी बगायला नको? म्हस याला झाली, मी चारदा कामधंदा सोडून तुमच्या घरला खेटं घातलं तरी तुम्ही लोक गप्पच म्हटल्यावर काय म्हनायचं आता? न्हवं ही डोळंझाक का अशी?"

बाकेराव भाडभाड बोलू लागला तशी ती बाई मान खाली घालून अवघडून उभी राहिली. डोळेझांक चालली होती ही गोष्ट खरीच होती.

बाकेरावाला राग येणं साहजिक होतं. बरं ती आणि कोणती नव्हं, बोलून चालून पैशाची बाब होती. तो पुन्हा खवळून म्हणाला, ''गरजवंताला अक्कल न्हाई म्हणून आम्ही सतरंदा हेलपाटं घालतो, व्हय?''

''असं कोण म्हनतंय जी? उगा काय तरी आपली मनाची समजूत करून घेऊ नका.''

''आता समजूत आणि कसली करून घ्याची? जे दिसतंय तेच बोलतो की! काय खोटं हाय का माझं बोलणं?''

आपला अपराध मान्य करून ती म्हणाली,

''तुम्हाला हेलपाटं बसलं हे खरंच हाय की.''

गोष्ट कबूल करून घेत तो म्हणाला,

''हाय का न्हाई बरोबर?''

''तुमच्या बोलण्यात चुकी न्हाईच की, ठरल्याप्रमाणं आम्ही येळेला पैसं दिलं असतं तर तुम्ही असं हेलपाटं का घातलं असतं आणि आम्हालाबी बोलून घ्याची पाळी का आली असती?''

थोडा वेळ खालची बचाळी दोन्ही अंगाला हालवून तो एकाएकी म्हणाला,

''आमचंच चुकलं!''

कडेवरचं मूल खाली आदळून ती म्हणाली,

''तुमचं कसं, आमचंच चुकलं!''

हाताची मूठ भुईला तीनदा आपटून बाकेराव म्हणाला, ''रकमाबाई आम्ही म्हस अर्धलीनं म्हणून तुम्हाला दिली ही आमचीच चूक झालीऽऽ तुमची न्हवं.''

भुईरला सोडलेलं पोर पायाला धरून आरडाय लागलं तशी ती खाली बसली आणि पोराला पोटाशी धरून म्हणाली, ''म्हस अर्धलीनं पाळायला दिली ह्यात काय तुमची चुकी झाली? आमचा काय फायदा झाला तर पुण्यच लागंल न्हवं तुम्हाला?''

हाताची मूठ पुन्हा भुईला तीनदा आपटून तो म्हणाला, ''रकमाबाई मस्त काशीरामेसूर करून आलोय– आता तुमच्या पुण्याची काय गरज न्हाई.''

बाकेरावाचा पारा चढलेला बघून त्या बाईनं बोलणं बंद केलं आणि अंगावरच्या मुलाला दोन वादाडात देऊन ती म्हणाली, ''भाड्या, का लागलायस अंगाला चिकटायला? भुईला जरा खेळालास तर का आईबा मरत्यात काय तुझं? आईची हाडं भाईर काढायला कशाला जल्माला आलास माझ्या हांट्या!'' असं म्हणून रकमाबाई पोराला शिव्या देत राहिली. तिच्या रागाचा पारा चढला तसा बाकेरावाचा

पारा खाली उतरला. ती शिव्या द्यायची थांबली तेव्हा शांतपणानं तो म्हणाला, "पंधरा-तीन आठवड्यामागं चार लोकांनी मिळून किम्मत केली, निम्मं पैसं द्यायचं कबूल करून म्हस ठेवून घेतली आणि पैसंबी तिकडंच आणि म्हसबी तिकडंच व्हय?"

तीही शांतपणानं समजावून सांगू लागली, "त्याच उसाभरीस लागलोय की हो अण्णा, आम्हीबी."

"काय उसाभर केलीसा?"

"एक सोडून सतरा जणाकडं हात पसरून बघितलं पर अजून पैशाची जोडणीच होईना, न्हवं?"

"पर एवढी उसाभर करायला सांगितली कुणी तुम्हाला? कुणी उरावर धोंडा दिलाय तुमच्या?"

"धोंडा कशाला द्यायाला पाहिजे कुणी उरावर?"

"तर मग दुसरं काय तर? तुम्हाजवळ द्याया जर पैस न्हाईत, तर म्हस बाजाराला न्हेऊ, जी किम्मत येईल ती निमीनिमी घेऊन मोकळे होऊ. कशाला घोंगडं भिजत ठेवायचं?"

बाकेरावाला पैशाची जरुरी होती. म्हस कुणी का घेईना, आपल्याला चार पैसे वेळेला मिळाले म्हणजे काम झालं, असा त्याचा सरळ मार्ग होता. एक घाव की दोन तुकडं करून मोकळं व्हावंसं त्याला वाटत होतं. तो निकराला येऊन म्हणाला, "येत्या शनवारपतूर काय जुळणी होती का ते बघा; न्हाई तर ऐतवारी म्हस बाजाराला न्ह्यायची बघा. मी काय आता वाट बघणार न्हाई. मी एकदाच सांगतो, पुन्हा बोलणार न्हाई."

बाकेराव निश्चयानं बोलला तसा रखमाच्या पोटात गोळाच फिरू लागला. दोन साल म्हशीवर जीव ठेवून असलेली ती बाई एकदम हादरून गेली. म्हस हातची गेलीच, असं वाटून तिला भडभडून आलं. डोळ्यांत पाणी आणून ती म्हणाली,

"अण्णा, तोंडचा घास काढून घेता व्हय असा?" बसलेला बाकेराव उठून उभा राहिला आणि हातवारे करून म्हणाला, "तुमच्या तोंडचा घास काढून घ्यायला मी काय म्हस माझ्या दावणीला बांधत न्हाई. जशी तुम्हाला म्हशीची गरज हाय तशीच मला बी पैशाची गरज हाय. दोन्हीकडं इचार कराय पायजे. तुम्ही म्हस अर्धलीनं पाळली ह्याबद्दल निम्मं पैसं तुम्हाला मिळत्यातच की! काय फुकटाफाकट म्हस कोण न्हेतोय का?"

पदराच्या शेवटानं डोळे पुसत ती म्हणाली,

"निम्मं पैसं घेऊन काय जाळायचं हैत? काय पैशाची धार काढाय येतीया त्या?"

"अहो मग दुभतं खायचं असंल तर टाका की निम्मी किम्मत! कुणी नको

म्हटलंय तुम्हाला? मी म्हस पायजे म्हणतो का!''

''ते काय न्हाई खरं.''

''मग झालं तर,'' असं म्हणून बाहेर पडताना तो बजावून म्हणाला, ''एक गोष्ट धांदा बोलायला मी काय हेडी न्हाई. माझा शबूद एकदा गेला की गेला. येत्या शनवारपातूर पैशाची वाट बघणार; न्हाई तर सरळ दिस उगवायला हेड्याला घेऊन दारात येणार ते दावं सोडून म्हशीला बाजाराला न्हेणार! मग काय का किंमत येईना. मी म्हस इकून मोकळा होणार बघा. धुळजीला सांगून ठेवा. निघतो मी.''

असं म्हणून बाकेराव तडक बाहेर पडला. उजव्या पायावरचं धोतर हातात धरून तो ढेंगा टाकीत निघून गेला. तो गेला आणि रखमा बसल्या जागी बसूनच राहिली. ती लहान लहान पोरं तिच्याभोवती गोळा होऊन बसली. तिला भडभडून आलं. स्वत:ची पोरं तिला परदेशी दिसू लागली. त्यांची सुकून गेलेली तोंडं दोन्ही हातांनी कुरवाळून ती म्हणू लागली– ''लेकरानू, तुमचं नशीब न्हाईरं दुभतं खायाचं ... तुम्हांपायी की रं म्हस सांभाळली होती. हाडांची काडं करून तिला जगीवली आणि आता व्याला झाल्यावर तिला इकायची पाळी आली....''

सांच्यापारी धुळजी आला तर त्याला सारं घर सुतकात असल्यागत दिसू लागलं. धुळजी आल्या आल्या घाबरून म्हणाला, ''का रं असं बसलायसा? काय झालं?''

एक आवंढा गिळून रखमा बोलली,

''बाकेराव आलतं.''

बाकेरावचं नाव घेताच जे कळायचं ते धुळजीला कळलं. तो न बोलता डोळं झाकून बसून राहिला. पैशाची जोडणी कशी करावी याचा विचार करू लागला. आता आणि कुणाचं पाय धरावंत, कुणापुढं तोंड पसरावं त्याला कळत नव्हतं. सारी नातीगोती चाचपून झाली होती. धुळजी खिन्न मनानं विचार करीत बसला तशी त्याची बायको म्हणाली,

''ह्या तुमच्या डोळेझांकपणानंच दावणीची म्हस जायाची पाळी आलीया! असं गप्प बसून भागंल व्हय? शनवारपतूर वाट बघून ऐतवारी म्हस बाजाराला न्ह्यायला येणार हैत.''

पैशाची जुळणी झाली नाही तर म्हस जाणार, हे भाकीत ठरलंच होतं. धुळजी न बोलता गप्पच बसला तशी रखमा रागानं म्हणाली,

''म्हणजे तुम्हाला काही घोरच न्हाई म्हणायचा!''

''घोर न्हाई कसा?''

''दुसरं काय तर! तुम्हाला असं घरबसल्या कोण पैसा आणून देणार हाय व्हय?''

“अग पर जाऊ तर कुठं? कुणाकडं मागू?”

“मग म्हस जाऊ दे म्हणता?”

“नशिबात असली तर ऱ्हाईल न्हाईतर जाईल! आपल्या नशिबात जर दुभतं नसंल तर त्याला काय करायचं?”

ही गोष्ट धुळजीला पटली होती पण रखमाला पटली नव्हती. एक आठवडाभर मासळीगत तिचा जीव तडफडला.

शनिवार गेला आणि ऐतवारचा दिवस उजाडला. दिवस उगवायला बाकेराव एक हेडी घेऊन दारात आला. बाकेरावाला बघून तिची छातीच फुटल्यागत झाली. अखेरची धडपड करावी म्हणून ती म्हणाली,

“अण्णा, काय तरी करून सुग्गीपतूर भागवू पैसं आम्ही. म्हस न्हेऊ नका. ऐका गरिबाचं.”

तिचं बोलणं न ऐकल्यागत करून तो खाली मान घालून बसलेल्या धुळजीला म्हणाला,

“चल आटोप बघू. मी संगं हेडी घेऊनच आलोय. आज बाजार दावून मोकळं होऊ.”

रखमाचं धाबं दणाणून गेलं. काळीज फाटल्यागत झालं. ती कळवळून म्हणाली,

“अण्णा, ऐका माझं– ह्या चार पोरांच्या तोंडाकडं बघून तरी म्हस न्हेऊ नका. कधी न्हाईते एक दुभत्याचा थेंब त्यास्नी खायला मिळंल. त्यांच्या तोंडांतला घास काढू नगा. बघा गरिबाकडं आणि एवढी पुण्याई पदरात बांधून घ्या.”

बाकेरावाचा निश्चय ढळण्यासारखा नव्हता. तो करारी सुरात बोलला,

“मला काय ऐकून घ्याचं न्हाई आणि इनाकारणी आता बोलणं वाढवू नका. का घसा कोरडा करून घेता?”

त्यासरशी रखमाबाईला ढवळून आलं. ती धावून बाहेर गेली आणि म्हशीच्या गळ्यात पडून रडू लागली.

रखमा रंगीच्या गळ्याला पडून हुंदके देऊ लागली तसा धुळजी कष्टानं उठून बाहेर गेला. गुमान आपलं डोळं पुसून तिला म्हणाला.

“काय लावलाय खुळेपणा ह्यो? गप चल बघू.”

तिच्या रट्ट्याला धरून तो म्हणाला,

“चल आत. असा आक्रोश करून ती काय ऱ्हाणार हाय का? नशिबात असंल तर पुन्हा आपल्या घरात ईल. देवाजवळ हेच मागायचं– दुसरं काय?”

रखमा तिच्या गळ्यातले हात काढेना तसं धुळजीनं जबरदस्तीनं तिला ओढून आत नेलं. रागं भरून तो म्हणाला,

"पोराबाळास्नी दूध मिळावं म्हणून तुझा जीव एवढा म्हशीत अडकला असला तर येताना चांगली पंचवीस तीस रुपयांपतूर एक शेळी घेऊन येतो. का काळजी करतीस?"

दु:ख आवरून तिनं फडक्यात दोन भाकऱ्या बांधल्या आणि भाकरीचं गठळं त्याच्या हातात देऊन ती म्हणाली,

"जावा, म्हस इकून या, जावा."

गठलं हातात घेऊन तो म्हणाला,

"असं जरा बोल म्हणजे मलाबी धीर ईल."

"जावा, काय काळजी करू नगा."

"तेच म्हणतो मी. आपुन करायचा तेवढा हरप्रयत्न करून बघितला. यास आलं न्हाई त्याला काय करायचं?"

डोळं पुसून ती म्हणाली,

"म्हस मेली असंच मानायचं आणि गप बसायचं. हिंडतं फिरतं जनावर एकांदा रोग बडवून दावणीला मरत न्हाई? तसंच मानायचं!"

बायकोच्या शहाणपणानं तो समाधान पावून बोलला,

"अस्सं! हे कसं बोललीस!"

"येताना एक शेळी घेऊन या. म्हस धार्जिन न्हाई, निदान शेळीचं तर दुभतं खाऊ. पोरांची तोंडं बघा कशी वाळून गेल्यात."

डोळ्यात पाणी सांचू लागलं तसा धुळजी मान वळवून बाहेर बघत राहिला. त्याची उघडीवाघडी पोरं तोंड वाईट करून त्याच्याकडं बघत होती. बाकेराव म्हशीजवळ उभा राहून वाट पाहत होता. निघायला उशीर झाला होता, पण धुळजीचा पायच घरातनं निघेना झाला. दाराच्या चौकटीला कपाळ टेकवून तो अवघडून उभा राहिला. त्याला पडलेलं कोडं त्याच्या बायकोला समजून आलं आणि आपलाच जीव घट्ट करून ती म्हणाली,

"जावा आता, उभा ऱ्हाऊ नगा."

आपल्या समजूतदार बायकोचे ते धीराचे बोल ऐकून त्याचा जीव कासावीस होऊन गेला.

पटक्याचा शेमला डोळ्याला लावून तो बाहेर पडला तशी गडबडीनं त्याला हाक मारून ती म्हणाली,

"जरा येऊन जावा."

"काय?"

भाकरीच्या बुट्टीतली एक भाकरी घेऊन धुळजीच्या हातात देत ती म्हणाली,

"एवढा घास रंगीच्या तोंडात घाला आणि मग तिचं दावं सोडा."

तिरडीपुढं हातात मडकं धरून जावं, तशी ती भाकरी हातात घेऊन तो बाहेर गेला. डोळं झाकूनच त्यानं ती भाकरी रंगीच्या तोंडात दिली. खोपीत बसलेली पोरं बाहेर येऊन म्हशीभोवतीनं गोळा झाली. रंगीची अखेरची भेट घ्यायला रखमा बाहेर पडली नाही. दावणीचं पेंड सोडून म्हस बाहेर पडली आणि रकमा आतच मुरगळून एके जागी बसून राहिली.

रंगी गेली आणि घर भकास दिसू लागलं. उगवलेला दिवस पुढं सरकेनासा झाला. वेळच जाईनासा झाला. म्हशीला पाणी दाखवायची, वैरणकाडी घालण्याची आठवण रखमाला घडोघडी होऊ लागली. पोरं बाहेर खेळायची ती आत येऊन आईभोवती बसून राहिली.

असाच दिवस गेला आणि सांज झाली. रखमा पोराबाळांना घेऊन बसली. कडुसं पडून अंधार झाला तरी धुळजी अजून परतला नव्हता. रखमाचा जीव खालवर लागला. बाजार आटपून अजून का परतूने, असं तिला वाटू लागलं. तिच्या चेहऱ्यावर दिसणारी ही काळजी बघून तिचं थोरलं पोर म्हणालं,

"अगं येळ व्हायचाच."

"का रं?"

"आबा शेळी घेऊन येणार म्हंजे येळ मोडणारच की गं."

रंगीची आठवण विसरून ती पोरं शेळीविषयी नाना तऱ्हेचे प्रश्न आईला विचारीत होती. झोपेने डोळे पेंगाळून गेले तरी पोरं शेळीची वाट बघत जागी राहिली.

बराच उशीर करून धुळजी दारात आला तरी थोरी दोन पोरं अजून जागी होती. धुळजीला बघून ती चटाटा उठून उभी राहिली आणि शेळी कुठं दिसेना होऊन ती विचारू लागली,

"आबा, शेळी गा?"

त्या दोन्ही पोरांना जवळ घेऊन तो हळू आवाजात म्हणाला, "न्हाई आणली रं लेकरानू."

"का गा आणली न्हाई?"

"बाजारात चांगली शेळीच न्हवती. आता फुडच्या बाजारी येती का बघू."

शेळी आणली नाही, हे बघून त्या दोन्ही पोरांच्या हिरमोड झाला. रखमा काही बोलतच नव्हती. ती खाली मान घालून नुसतीच बसून राहिली. तिच्या बोलण्याची वाट बघून शेवटी तोच म्हणाला,

"म्हस दोनशे धाला गेली."

'हूं' नाही का 'चूं' नाही. ती गुमान खाली मान घालून गपच बसली. जेवण नाही, पाणी नाही. सगळी उगचच ताटकळून बसली. अखेर धुळजी उठला आणि

पोरांना म्हणाला, "जेवला का रं?"

पोरं जेवून झोपी गेली. रखमा काही अन्नाला शिवली नाही. धुळजीलाही तुकडा गिळला नाही. रात्र झाली तरी डोळा लागेनासा होऊन ती अंथरुणात उठून बसली आणि डोळं पुसून म्हणाली,

"का आणली न्हाई शेळी?"

त्याला सांगणं भाग पडलं. मान गुडघ्यात घालून तो सांगू लागला,

"कशाची आणतोय शेळी!"

"लोकांचं देणं कशानं देऊ आणि शेळी कशी आणू? मंडपे अण्णा सावलीगत माझ्या मागनंच बाजारात फिरत होता."

"त्याची बाकी भागिवली व्हय?"

"तर हातात पैसं आल्यालं बघून कोण सोडंल?"

"त्याचं किती दिलं?"

"त्यानं सारंच वसूल केलं."

"आणि मग आता किती ऱ्हायलं जवळ?"

"ऱ्हायल्यात एक पन्नास रुपय, पर बाकीची देणी द्यायला नकोत? म्हस इकली हे कळल्यावर आता सारीच दारात येऊन उभी ऱ्हातील न्हवं?"

"भागवा देणी तरी. लोकांची कटकट तर मिटूद्या."

पण हे तिचं बोलणं वरकरणी होतं, खरं नव्हतं. तिचं खरं मन तो ओळखत होता. त्याला काय करावं हे कळत नव्हतं. रंगी गेली आणि सारं घर त्याला खायला उठल्यागत झालं. सबंध रात्र त्यानं तळमळून काढली आणि दिवस उगवायला तो काही न सांगताच घराबाहेर पडला. तो कुठं गेला हेच कळेना.

बायकोपोरं वाट बघत घरात बसली. सबंध सकाळ गेली. जेवणवेळ टळून चांगली कडकडीत दुपार झाली तरी धुळजीचा पत्ता लागेना. रखमा घाबरी होऊन गेली. रंगी गेल्याचं दुःख विसरून ती नवऱ्याची वाट बघू लागली आणि तिसऱ्या पारी धुळजी एक रेडी घेऊन दारात आला!

वाट बघत बसलेली रखमा धुळजीला बघून म्हणाली,

"सकाळधरनं कुठं हो गडप झालता?"

नव्या आणलेल्या रेडीला दावणीला बांधून तो म्हणाला,

"काय हे दिसंना व्हय?"

"ही कुठनं आणलीसा? बाजारबी न्हाई आज कुठला?"

"काय करायचा बाजार?"

"आणि मग कुठनं आणली ही ?"

"दोन वरसांत हिला तयार करायची बघ. मनगंड दुभतं होईल का न्हाई घरात?

कशी हाय रेडी?''

रखमा आणि पोरं नव्या आणलेल्या रेडीजवळ जाऊन उभी राहिली.

सगळीच तिला खालवर न्याहाळू लागली. घर भरल्यागत दिसू लागलं. पोरं हरकून ढ्याण झाली. तिच्या अंगावर हात फिरवत उभी राहिली. रखमाही नीट न्याहाळून म्हणाली,

''चांगली हाय पर केवढ्याला आणली?''

तो हसून म्हणाला, ''केवढ्याला आणली म्हणून इचारायला ती काय इकत आणलीया व्हय?''

''तर का चोरी करून आणलीसा का?''

''चोरी का करतो? चौगुल्यांच्या कडनं अर्धलीनं आणली! आता तर जरा सुखासमाधानानं ऱ्हावा आणि हिलाच वरसात तयार करा.''

■

जीत

माळ माणसांनी भरून गेला होता. बघावं तिकडं माणूस दिसत होतं. आसपासच्या चार गावचे लोकही शर्यत बघायला माळावर गोळा झाले होते.

वेळ होत आली तशी एकेक गाडी फज्ज्याला येऊन उभी राहू लागली. गावच्या तुका पाटलाचाही गाडी येऊन फज्ज्याला लागली. तसा गाडीभोवती गराडा घालून लोक उभे राहिले. खुळे होऊन बघत राहिले.

तुकानं आपला म्हातारा हण्र्या बैल गाडीला जोडला होता. जोडीच्या तरण्या खिलारी खोंडाबरोबर हण्र्या उभा होता आणि लोक टक लावून त्याच्याकडंच बघत राहिले होते. आपल्या ऐन उमेदीत हण्र्यानं शर्यती जिंकल्या होत्या, हे लोकांना माहीत होतं. त्याचे गुण सगळ्यांना माहीत होते. साऱ्या गावात तो नावाजलेला बैल होता हे खरं; पण आता त्याचं वय झालं होतं. अंगात दम नव्हता. अंगावर धड मांस नव्हतं. त्याची हाडं दिसत होती. बैल पार थकला होता आणि तोंडावर राव नव्हता. जोडीच्या खिलारी खोडाबरोबर तो कसा पळणार, हीच चिंता लोकांना पडली होती आणि लोक सारे मनातनं तुका पाटलाला शिव्या देत उभे होते. त्या खुळ्यानं म्हाताऱ्या बैलाला का जोडावं, हेच त्यांना कळत नव्हतं.

हळूहळू सगळ्या गाड्या येऊन उभ्या राहिल्या. कुणाची जोडी राहिल्या जागी नाचत होती. कुणाचे अंडील खोंड डिरक्या फोडत होते. कुणी गर्दन वाकवून शिंग हलवत होतं तर कुणी पायानं खालची जमीन उकरत होतं. हण्र्याचा जोडीदारही गप

उभा राहत नव्हता; पण लोक सारे हण्यांकडेच बघत उभे होते. हण्यांचं पळणं त्यांना ठाऊक होतं. त्याची चलाखी साऱ्यांना माहिती होती. उभ्या गाडीला तो कधी थयथय नाचायचा नाही. डिस्की टाकायचा नाही. शिंग हलवायचा नाही; पण एकदा गाड्या सुटल्या आणि चाकं खडाडली म्हणजे त्याचा पाय जमिनीवर ठरत नसे! चाकं वाजतील तसा तो उशी घेत जायचा. त्याला कधी उसकाव लागायचं नाही– मारावं लागायचं नाही. तशीच वेळ आली तर जोडीच्या बैलालाही गुंडाळून घेऊन तो एकटाच धावायचा!

हण्यां असा धावायचा हे खरं; पण आता त्याचं वय झालं होतं. बाजाराला– जत्रेला जाताना एखादी चुणूक दाखविणं निराळं आणि रौंडाचं काम निराळं. हे काम आता कसं काय झेपणार ही चिंता लोकांना लागली होती आणि तुका निश्चिंत होता. हण्यां म्हातारा झाला असला तरी त्याच्यावरच त्याचा भरवसा होता. लोक काळजीनं त्याच्या गाडीकडं बघत होते आणि तुका खुशाल हसऱ्या चेहऱ्याने त्यांच्याकडं बघत होता.

इशारा झाला. गाड्या उधळल्या. चाकं खडाडली. हण्यांच्या कानात वारं शिरलं आणि कळा खाणारा म्हातारा बैल उमद्या घोड्यागत लांबलचक उडी घेऊ लागला. त्याचा पाय जमिनीला ठरेना झाला. जोडीच्या खिलारी खोंडाचा सोगा मागे पडू लागला. बघता बघता गाड्यामधून गाड्या तोडल्या जाऊ लागल्या. एक वावटळ सुटल्यागत गाडी पुढं जाऊ लागली. बाकीचे गाडीवान पालथे पडून बैलांना हाणू लागले आणि सारे लोक खुळे होऊन बघत राहिले.

गाड्या लांब जाऊन दिसेना झाल्या. तसं हण्यांचंच बोलणं सुरू झालं. गाड्या मागे फिरण्याची वेळ भरत आली तसा सगळा माळ टाचा वर करून बघत उभा राहिला. झाडांचे शेंडेही माणसांनी लगडून गेले. लांबनं आवाज कानावर येऊ लागला आणि डगरीवर, झाडांवर चढून लोक बघू लागले. तोच एका झाडावरनं कोणी तरी ओरडलं, ''म्हाताऱ्या बैलाचीच गाडी आली-गाडी आली.''

माणसं माळावर पळून खेळू लागली. लोकांना दम निघेना झाला. हण्यांला बघायला सारे वाटेनं पुढे पळू लागले. तोवर तुका पाटलाची गाडी जवळ आली. दोन तीन गाड्या सारख्या घासून येत होत्या. सारखी झणापण चालू होती. बैल फेसलून गेले होते. चाकं खडाडत होती आणि हण्यां सारखा घोड्यागत धावत होता. कुणाचीच गाडी मागनं जवळ येऊ देत नव्हता. फज्जा जवळ जवळ आला तसा त्याच्या तोंडांतनं फेस खाली गळत होता. पुढच्या दोन्ही पायांवर त्याची धार सारखी लोंबत होती; तरीही त्याला आपल्या जिवाची पर्वा नव्हती. मागच्या गाडीचं चाक वाजेल तसा तो पुढं उडी घेत होता...

त्या तावातच गाडी फज्जा ओलांडून कासरा दोन कासरे पुढे गेली आणि

पाठोपाठ धावत गेलेल्या माणसांनी हण्र्याच्या गाडीभोवती गराडा घातला. पालथं पडून माणूस हण्र्याला बघत राहिलं.

...पण आपल्याभोवती जमलेली ही माणसांची जत्रा बघून हण्र्या भुलला नाही. त्यानं कान टवकारले नाहीत. शिंग हलवलं नाही. मानेवरचं जू बाजूला करताच तो मटकन् खाली बसला आणि एकाएकी त्याच्या मागच्या अंगानं रक्ताच्या चिपळ्या सुरू झाल्या. हण्र्यानं मान टाकली आणि आपले चारी पाय पसरून तो एका अंगावर कलंडला. त्याच्या मागच्या दोन्ही पायाच्या टाचा जमिनीला घासू लागल्या. माती उकरून वर येऊ लागली आणि खड्डा पडत चालला...

वंगण

सणाचा दिवस होता. घरात पुरण घातलं होतं. एक सोडून दोन चुली पेटवल्या होत्या. सारा घायटा उडाला होता आणि मध्येच काम टाकून सुनेनं अंथरूण घातलं तसं सासूचं डोक बिघडलं. ती दात-ओठ खाऊन आतल्या आत जळू लागली. सारं काम आपल्या अंगावर टाकून सुनेनं खुशाल अंथरूण धरलं तशी ती खवळून गेली. तोंडावरचा ताबा सुटला आणि सुनेला लागावं म्हणून ती लेकीला बोलू लागली. सारखं तोंड वाजू लागलं. ताशा सुरू झाला. ऐकून ऐकून कान किटून गेले. तसा सोप्याला बसलेला म्हातारा खॅस मारून म्हणाला,–

"काय बडबड लावलीय ही! गप, फुडं बघून सैपाक करा की."

म्हतारी निमतालाच टेकली होती. त्याच्या या बोलण्यानं तिच्या अंगाचा डोंब उसळला. हातातलं काम टाकून ती बाहेर आली आणि पहिल्यापेक्षा दुप्पट आवाज चढवून म्हणाली,

"मुसक्या घालून बसावं म्हणतां व्हय गप? लई तरास व्हाय लागलाय तुमच्या जिवाला?"

"अगं, घरावरच्या खापऱ्या उडाय लागल्यात म्हणून म्हणतो."

तोंडापुढं हात नाचवून ती म्हणाली, "मग बरं झालं की. शेकारणी ऱ्हायलीया ती तर करून घ्या."

मान हालवून म्हातारा पुटपुटला, "मग काय बोलायचं तुला? मतीच खुटली!"

ती फणकाऱ्यानं बोलली, ''एवढं कळतंय तर मग कशाला बोलाय जावं?''

त्यानं शांतपणानं विचारलं, ''अगं झालं तरी काय असं?''

''काय व्हायचं? आमचाच भोग म्हणायचा आणि दुसरं काय!''

समजूत घालावी तसा म्हातारा बोलला, ''असू द्या. जा. कशाला वाडाचार त्याचा? सणासुदीचं घरात भांडण नको. फुडं बघून गप सैपाकाला लागा जा.''

म्हातारी गप आत न जाता तिथंच फतकल मारून बसली आणि दाडवाणाला हाताची मूठ लावून म्हणाली, ''देवानं आम्हालाच तेवढं बळ दिलंय मग जीवमान असुस्तवर राबलं पायजेच की.''

म्हातारा बोलला, ''ह्या बोलण्यात काय मज्जा हाय?'' ''तर कशात मज्जा हाय?'' ''असं विचारल्यावर काय सांगायचं मग?'' ''का? सांगा की, आत सून खुशाल हातरुण घालून पडू द्या तुम्ही भाईर मान हालवत बसा आणि आमचं कुठं चुकलं तिथं सांगा की. कुणी नगो म्हटलंय?''

सासूचे हे बोलणं जिव्हारी लागून मधघरात अंथरुणावर पडलेली सून आतनंच रडवा सूर काढून म्हणाली, ''आत्याबाई, माझ्या पोटात दुकाय लागलंय त्याला मी तरी काय करू? मी काय सोंग आणलंय व्हय बळनंच? हातानं होईना त्याला काय करणार?''

सासू बाहेरनंच म्हणाली, ''काय करू नको बाई माझे! तू गप खालवर घालून पडून ऱ्हा. पोळ्या लाटल्या म्हंजे मग उठून जेवायला बस.''

''कर्म माझं!'' असं म्हणून सून अंथरुणानं उठली. एका हातानं पोट धरून अवघडल्यागत बाहेर आली आणि सासऱ्यादेखत विचारू लागली, ''रात्रीधरनं पोटात कळा घातल्यात माझ्या. माझं मला सोसंना झालंय. मी काय मुद्दाम सोंग आणलंय व्हय?''

लाह्या उडाल्यागत सासू बोलू लागली, ''अगं, कुणी आळ घेतला तुझ्यावर? कुणी घेतला असला तर त्याच्या तोंडात किडं पडूद्यात!''

डोळ्यातनं टिपं गाळत ती बोलली, ''असं म्हणाय कशाला पायजे? ते दिसतंयच की तुमच्या बोलण्यावरनं.''

''अरं माझ्या नशिबा!'' असं म्हणून म्हातारीनं फाडकन् कपाळावर हात मारून घेतला आणि तोंडावर हातभर पदर ओढून ती गचागच हुंदके देऊ लागली. सून डोळ्यातनं टिपं गाळू लागली, म्हातारी असे हुंदके देऊ लागली आणि काय करावं हे म्हाताऱ्याला सुचेना झालं. या बायकांची समजूत कशी काढावी, हे भांडणं कसं मिटवावं याचा त्याला घोरच पडला. सुनेला बोलण्यापेक्षा आपल्याच माणसाला बोललेलं बरं, असा मनाला ताळा घालून तो म्हणाला, ''एवढी म्हातारी झालीस पर अजून तुला काडीचं शानपन आलं न्हाई. अगं सणासुदीचा दिवस. पोरगं आता

भुक्यावून रानांतन ईल. जेवणाचं बघशीला का भांडत बसशीला?''

हुंदके देत म्हातारी बोलली, ''का आळ घेता असा? कोण भांडाय लागलंय?''

''अगं मग भांडण न्हाई तर काय चाललंय हे? काय ताळतंत्र हाय का न्हाई जरा?''

म्हाताऱ्याचा आवाज चढला तशी म्हातारी हुंदके द्यायची थांबली आणि जरा सावरून बसून विचारू लागली, ''न्हवं, काय ताळ सोडला हे तरी सांगा.''

म्हातारा खेकसला, ''तुझ्याकडं मला काय पुरावा मांडायचा न्हाई. गप उठून आत स्वयंपाकाला लाग जा. आधीच सांगतो, पोरगं भुक्यावून ईल आणि इनाकारणी घरात तमाशा होईल. जा स्वयंपाकाला लाग जा.''

म्हातारा दम देऊन बोलला आणि सारा घोटाळा झाला. त्याच्या या बोलण्यानं म्हातारीला भडभडून आलं. एकदम गळा काढून ती बोलू लागली, ''म्हातारवयात हे काय बोलून घ्याची पाळी माझ्यावर आली! ताळतंत्र सोडला असं जर खुद्द घरचं माणूस म्हणायला लागलं तर मग भाईरची का गप बसतील व्हय?'' असं म्हणून म्हाताऱ्याच्या धोतराला धरून ती विचारू लागली, ''अहो, का भांडण काढलं, काय कुणाला तरास दिला, काय येडंइद्र बोललो हे तरी सांगा.''

म्हातारा घायकुतीला आला. हात पसरून तो म्हणाला, ''अगं, तुला कसं कळंना? देवानं इतकी कशी कमी बुद्धी दिली गं तुला? मी इजवायला बघतोय तर तू पेटवायला बघतीस व्हय सारखं?''

असं म्हणून म्हातारा मागं सरला. डोळे झाकून सप्पय भिंतीला पाठ लावून बसला. शब्दानं शब्द वाढवायला नको असा विचार करून तो गुमान बसून राहिला.

पण म्हातारी गप न बसून विचारू लागली, ''अहो, पण उगचच्या उगच मला का बोल म्हणायचा ह्यो? आणि असा बोल तरी का लावून घ्यावा?''

म्हातारा काही बोलेना झाला तशी ती बसल्या जागी मागं सरली आणि गर्रर्रकन् सुनेकडे मान वळवून म्हणाली, ''बाई, हे सांगत न्हाईत तर तू तरी सांग. काय येडंइद्र बोलले बाई तुला मी? काय आजवर जाच केला तुला?''

सासूच्या प्रश्नाला उत्तर देण्याऐवजी आणखी चार बोटं पदर तोंडावर ओढून घेऊन सून हुंदके देऊ लागली. सून अशी हुंदके देऊ लागली तशी सासू पुढं झाली आणि खस्सकन् तिच्या तोंडावरचा पदर ओढून म्हणाली, ''बाई कोण मेलं म्हणून सणासुदीचं आज रडाय लागलीयास? कशाचं एवढं रडू या लागलंय तुला?''

ती हुंदक्यांनी अधिकच दाटून गेली आणि म्हातारी विचारू लागली, ''एऽऽ माझे बाई, का असं रडून साजरं कराय लागलीयास? काय झालं ग तुला? बोल बघू, का हातरुण घातलंस म्हणून एका शब्दानं तरी इचारलं का तुला?''

मान वर करून तिनं गरीबपणानं विचारलं, ''का असं मला फडाफडा बोलता?''

''अगं, काय बोललो गं तुला? तूं एवढं आज सणाचं हातरूण घातलंस पर एका चकार शब्दानं तरी तुला मी काय इचारलं का?'' ''देवानं पोटात इस्तूच कोंबलाय मग मी हातरुण घालू नगो तर काय करू?''

म्हातारी तोंडापुढं हात नाचवून म्हणाली, ''अगं, तुला कुणी नको म्हटलंय? चांगलं खालवर घालून गडद झोप की गं तू!''

सुनेनं विचारलं, ''कशी झोपू?'' ''काय झालं गं, भुई रुतत असली तर नवऱ्याची गादी टाकून पड.'' ''तुमची अशा धुसफूस सुरू झाल्यावर मी तरी कशी पडून ऱ्हाऊ?'' ''अगं, आम्हा मायलेकीची धुसफूस घेऊन तुला काय करायची? आम्ही हाय न्हवं दोघी चुलीफुडं! मग तू झोप की हातरुणावर खुशाल.''

सून हुंदका देऊन बोलली, ''मी कशी झोपू?'' ''आणि तेच! अगं तुझ्या पोटात दुकतंय म्हणून तू पडून ऱ्हा. तू पडून ऱ्हायल्यानं काय आमच्या पोटात चावणार हाय का?''

सासवासुनेचं असं तोंड सुरू झालं आणि मगापासून गप बसलेला म्हातारा एकदम तोंड उघडून आरडला, ''अगं ए बायांनो, कारवानागत का वलावला तोंड वाजवाय लागलाईसा?''

म्हातारी मागं वळून म्हणाली, ''देवानं आवाजच मोठा दिलाय, आता त्याला काय करायचं?'' ''असं व्हय?'' ''व्हय, आम्हांला नाजूक बोलणं शिकीवलं न्हाई आमच्या आईबानं.''

हे ऐकून म्हातारा उठला आणि उगचच येरझारा घालत बोलला, ''आता मातुर तुमच्याफुडं हद्द झाली! सणाचा काय धुडगूस लावलाय ह्यो सकाळपासनं? आता पोरगं रानांतनं घरला जेवायला ईल. त्याच्या पोटाला काय घालायचा इचार हाय का असंच भांडत बसणार हैसा? व्हय म्हातारे?'' ''मीच भांडाय लागलोय व्हय?'' असं विचारून म्हातारी स्वतःशीच मोठ्यानं म्हणाली, ''आपलंच तोंड जगाला दिसतंय, काय करायचं?'' असं म्हणून म्हातारीनं तोंडावर पदर घेतला आणि ती हुंदके देऊ लागली. सासू हुंदके देऊ लागली तशी सून विचारू लागली.

''त्यांच्याकडं मला चार लाथा मिळाव्यात असा विचार हाय व्हय तुमचा?'' ''बाई, माझं ऐकून कोण लाथा घालणार हाय तुला?'' ''मस्त हातपाय घट्ट हैत की त्यांचं.'' ''आईचं ऐकून कोंचं पोरगं बायकुला मारतंय बाई आज? सून घरात आली म्हंजे सासूलाच आजकाल भिऊन वागावं लागतं.'' असं म्हणून ती देवाला विचारू लागली, ''बाबा हे काय दिस बघायचं आणलंस तू? बघ ही सूनच कशी आदावत घेती माझ्यावर!'' असं म्हणून ती एकाएकी कपाळ बडवून घेऊ लागली.

तसा म्हातारा बिचारा घाबरा झाला. तो धावून जवळ गेला आणि तिचे हात

धरून म्हणाला, "अगं, काय अविचारी वागणं हे! कपाळ का बडवून घ्या लागलीयास असं?"

"कपाळ बडवून घेऊ नको तर काय करू?"

"अगं, काय झालं गं तुला?"

ती गळा काढून सांगू लागली–

"लेकीला बोललं तर सून अशी म्हणती! बाई काय चुकलं म्हणून तिला विचारलं तर तुम्ही असं बोलतां. सगळेच जर असा अर्थाचा अनर्थ कराया लागला तर मी कपाळ बडवून घेऊ नको तर काय करू? का माझ्यावर अशी सगळी मिळून अदावत घ्या लागलायसा?" असं म्हणून तिनं म्हाताऱ्याच्या हातातले आपले हात सोडवून घेतले आणि दोन्ही हाताचे तळवे भुईला घासून ती म्हणाली, "देवाऽऽ परमेसुराऽ माझं काय चुकलं असंल तर माझा वट्ट होऊ दे रे बाबा! माझ्याकडं लवकर बघून घे आणि माझी तिरडी आवळून मोकळा हो. कशाला माझं डोळे उघडं ठेवतोस?"

हा सारा प्रकार बघून म्हातारा कळवळून गेला. आता हे भांडण कसं मिटवावं, यांची समजूत कशी घालावी, याचं त्याला कोडंच पडलं. पुन्हा तिचे हात धरून तो म्हणाला, "ऐक माझं, ह्यात काय लई शानपना न्हाई. पोरगं आता घरला ईल. त्याचं आणि माथं भडकायला नको. उगाच खेळखंडोबा व्हायचा!"

मध्येच सून म्हणाली, "आमचं कंबारडं मोडायचा डाव आसंल मग का गप बसतील त्या?"

लगेच म्हातारी इसाळ्यानं म्हणाली, "बघा, कशी बोलती फुट्टाणी!"

म्हातारा दोघींनाही डाफरू लागला आणि म्हणाला, "फुरं करा ह्यो गोंधूळ! ह्यानं काई पोट भरनार न्हाई, आतां पोरगं ईल. त्यो आणि खवळंल."

"व्हय. सगळ्यांचं भ्या मलाच की! सुनंचं भ्या, पोराचं भ्या, लेकीचं भ्या. त्यो खवळणार, तुम्ही खवळणार, आता किती जणांचं भ्या बाळगून वागायचं सांगा की. काय व्हायचं आसेल ते होऊद्या." असं म्हणून तिनं गळा काढला आणि एक सूर धरून ती रडू लागली. तिची लेकही आतून बाहेर आली आणि कारण नसतांना तीही तिच्या गळ्यांत पडून रडाय लागली.

मायलेकी दोघी मिळून अशा सणाच्या रडाय लागल्या आणि म्हाताऱ्याचं धाबं दणाणून गेलं. ते हाताला धरून समजावून सांगू लागला,

"अगं, तुला भ्याचं काय काराण? किती केलं तूं सासू हैस. पोरगं खवळून आलं तर तुला काय करनार? बायकूला चार वादाडांत दील."

रडता रडता तिनं मान वर करून विचारलं, "त्यो आपल्या बायकूला चार वादाडांत दील ही काळजी तुम्हाला लागलीया व्हय?"

"मग नको काळजी घ्याला?"

"ते का? घ्या की. सुनंची काळजी सासऱ्यानं घ्यालाच पाहिजे की."

"मग आता तुम्हाला काय सांगायचं? तमाशाच करायचा हाय न्हवं तुमाला? करा बापड्यांनो. तुमची विच्छा!"

आणि पाठोपाठ गाडी येऊन अंगणांत उभी राहिली. गाडी आली तशी लगबगीनं सून आत गेली. म्हातारी जागची हालली नाही. ती तिथंच सोप्याला बसून राहिली आणि पोराला बघून हुंदक्यानं दाटून गेली. आत सून आणि बाहेर सासू अशा दोघी मिळून हुंदके देऊ लागल्या. म्हातारा बिचारा एकटाच विचार करीत येरझारा घालू लागला. कसं होतंय आणि काय होतंय– ह्या विचारानं त्याच्या पोटात भीतीचा गोळा उभा राहिला.

पोरानं गाडी सोडली. बैल घेऊन तो गोठ्यात गेला आणि थोड्या वेळानं सोप्यात आला. घाईघाईनं डोक्याचा पटका काढून त्यानं दिवळीत कोंबला आणि एकाएकी रडणं कानावर येऊन दचकला. गर्रकन मागं फिरून तो आईला म्हणाला,

"काय झालं गं आई?"

एकदम मोठ्यानं गळा काढून आई म्हणाली, "काय न्हाई बाबा!"

त्याला हे कोडं उलगडेना झालं. तो तिच्या तोंडाकडं बघत राहिला. तवर आतनंही हुंदके त्याच्या कानावर आले. न सांगता त्याच्या डोक्यात प्रकाश पडला! सासवासुनांचं हे भांडण काही नवीन नव्हतं. पण आज सणाची ही धुसफूस बघून त्याला रागाची सणक आली. आधीच पोटात कावळे नाचत होते आणि रानातनं आल्याआल्या हे रडणं कानावर आलं आणि त्याचं टाळकं भिरमिटलं. दिवळीत कोंबलेला पटका पुन्हा डोक्याला बांधीत तो म्हणाला,

"ह्याच्या आयला ह्या संसाराच्या ऽऽ! एक घास सुखानं खायला मिळंना झालाय. आज सण म्हणून मुद्दाम चौघडा लावलाय व्हय घरात?"

असं म्हणून पाय आपटीत तो आत गेला आणि विचार-पाचार न करता अंथरूण पडलेल्या आपल्या बायकोला पकाका चार लाथा घालून तो विचारू लागला.

"झकास खालवर हातरूण घालूण पडलीयास की! व्हय, काय झालं गं तुला असं पडायला?"

त्या लाथांनी तिचा जीव बेजार झाला. माशागत उलथीपालथी होऊन ती तळमळूं लागली आणि तो विचारू लागला,

"आधी उठून बस आणि मला सांग. तुला संसार करायचा हाय का सोडचिठ्ठी घ्याची हाय!"

त्याच्या या प्रश्नाला उत्तर न देता ती गळा काढून रडाय लागली आणि तो चवताळून जाऊन लाथा मारू लागला.

पोरगं असं भडकलं तसा म्हातारा पळत आत गेला आणि पोराला मागं ओढीत म्हणाला,

''आरं त्या बापडीला का माराय लागलाईस? अरं इचार न्हाई पाचार न्हाई लाथाच घालायच्या व्हई?''

वर न बघता खाली लाथा घालतच तो म्हणाला, ''व्हय लाथाच घालायच्या! त्याबिगर ही वठणीवर याची न्हाई.'' असं म्हणून तो बायकोला विचारू लागला,

''तुला नांदायचं नसलं तर तसं सांग. एका पायावर सोडचिठ्ठी द्याला तयार हाय मी! काय इचार हाय? बोल?''

तिच्या तोंडातनं धड शब्द निघत नव्हता. ती कष्टानं म्हणाली,

''का मारता मला?''

''अजून कुठं मारलंय तुला! भाद्दरने! अजून लई मार खायची हायस तू!''

असं म्हणून तो चवताळून अंगावर जाऊ लागला. म्हातारा त्याला मागं ओढू लागला आणि पोरगं दात खाऊन म्हणू लागलं,

''आबा, हा संसार फुरं.''

म्हातारा त्याला मागं ओढत म्हणू लागला, ''पोरा, काय खुळेपना ह्यो?''

आणि त्याच्या हातातनं सुटून पुन्हा बायकोच्या अंगावर जात पाक्कन एक लाथ घालून तो म्हणाला, ''ह्यो शानपना बगा!''

त्या दणक्यासरशी कळ अनावर होऊन तिनं तोंडावर हात घेतला आणि सासू सोप्यातनं उठून आत येत म्हणाली, ''बाबा, पोरा, माझं आन तुझ्या बायकूचं काय पटायचं न्हाई.''

चगाळा टाकायला म्हातारी अशी आत आली आणि म्हातारा भडकलाच. आपल्या वयाचा विचार न करता त्या रागासरशी तो पुढं झाला आणि म्हातारीच्या अंगावर बकाबका बुक्क्या घालून विचारू लागला, ''का पटत न्हाई गं? जरा पटवून घ्यावं.''

आता म्हातारा बेजान खवळला होता. दारू प्याल्यागत तो तरबत्तर झाला आणि म्हातारीला लाथाबुक्क्या घालू लागला. म्हाताऱ्याला कसं आवरायचं ह्याचा घोर पोराला पडला. त्यानं पुढं होऊन त्याचे हात धरले. पण म्हातारा काही आवरत नव्हता. कसं आवरावं हे न कळून पोरगं बोलू लागलं,

''आबा आबा, ह्ये काय म्हणायचं?'' ''तू गप रं पोरा, तू बाजूला हो. मी हाय आणि ही हाय!''

असं म्हणून म्हाताऱ्यानं दणका उसळला आणि म्हातारीची गर्दी उडाली. पाय

धरून ती विनवू लागली,

"पाया पडतो तुमच्या, मारू नगा. अवलगामी लागून पटकन् जीव जाईल माझा."

लाथा घालून घालून म्हाताऱ्यानं मन थंड झालं. मनसोक्त कामगिरी झाल्यावर तो शांत होऊन बोलला,

"कुठवर सन करायचं तुमचं? कढ आवरायचा किती?"

म्हातारा पुन्हा तापेल या भीतीने म्हातारी म्हणाली, "आता कढ आवरा. शांत व्हा. गप बसा बघू."

"मघाधरनं सांगत हुतो तुम्हाला की बायांनो, गोंधूळ आवरा, पोरगं भुक्यावून रानांतनं ईल. जेवणाचं बगा."

गडबडीनं स्वयंपाकघरात जात म्हातारी म्हणाली, "सैंपाक, सैंपाक काय आता पोळ्या लाटल्या की स्वयंपाक झालाच."

आवाज चढवून म्हातारा बोलला, "अगं पोळ्या लाटणारने! मघापासनं कुठं गेलता ह्यो शानपना?"

म्हाताऱ्याचा चढा आवाज ऐकून म्हातारी हळू आवाजात म्हणाली,

"आता कढ आवरा... चुकी झाली माझी."

पुन्हा आरडून म्हाताऱ्यानं विचारलं, "मागचा इसार पडला हुता व्हय तुला?"

उत्तर न देता गडबडीनं पोळपाट-लाटणं घेऊन म्हातारी आधी पोळी लाटायला बसली. तशी तिची सूनही आत आली. दोघी मिळून भराभर कामाला लागल्या.

तसा म्हातारा पोराला म्हणाला, "आता कशी गाडी रांकंला लागली! वंगन नसल्यावर चाक फिरलं कसं?"

म्हातारीनं पोळी लाटून तव्यावर टाकली आणि दुसरी पोळी लाटायला घेऊन ती म्हणाली, "उठा, चूळ भरून या लवकर.. ही पोळी भाजली बघा."

■

पानगळ

मोठाले भसके पडलेले जाजम खाली अंथरावे तसे खिडकीवाटे आलेले ऊन दिसू लागले. भर दुपारच्या त्या उनाने तावदाने तडकू लागली. घरातले सारे फर्निचरही तप्त होऊन गेले. खुंटाळ्यांना टांगलेले कपडेसुद्धा गरम होऊ लागले. मंचकावरच्या गादीवर पसरलेला जीव गदगदून गेला. उष्म्याने कातावून जाऊन तो ओरडला, ''लीले, कशाला उघड्या ठेवल्या आहेत गं या खिडक्या? बंद कर आधी त्या.''

पाय दुमडून अंगाची घडी करून बसलेली त्याची बायको त्या शब्दांबरोबर उठून उभी राहिली. मुक्यानेच पुढे होऊन तिने खिडक्या लावून घेतल्या. बिजागिरींचा आवाजही न करता खिडक्या मिटवून तिने वाळ्याचा पंखा हातात घेतला आणि ती पावलांचा आवाज न करता जवळ येऊन म्हणाली,

''वारा घालीत जवळ बसू का?''

तो काहीच बोलला नाही. न बोलता डोळे मिटून तो स्वस्थ पडून राहिला, तशी ती पंख्याने वारा घालीत बसून राहिली. सुगंधी ओला वारा अंगावर येऊ लागला. तिच्या हातातल्या खाली-वर होणाऱ्या त्या पंख्याकडे किलकिल्या अर्धमिटल्या डोळ्यांनी पाहत राहिला. पंखा एकसारखा खाली-वर होऊ लागला आणि तलखली वाढू लागली...

कासावीस झालेल्या जिवाचे पंचप्राण कानात गोळा होऊन शब्द टिपू लागले.

खालीवर होणारा पंखा अंगाईगीत गाऊ लागला–

अडगुळं मडगुळं
सोन्याचं कडबुळं
रुप्याचा वाळा
तान्ह्या बाळा तीट लावूं....

त्याच्या अर्धमिटल्या डोळ्यांच्या कोपऱ्यात पाणी साठू लागले. तळ्यात पडलेले चंद्रबिब दिसू लागले. पंखा लडिवाळपणे बोबडे शब्द बोलू लागला. शब्दांना पाळण्याचे झोके मिळू लागले...

चांदा मंदा,
गिरगिर कांदा,
अर्धी भाकरी
सगळाच कांदा..हे शाणं ग माझं तरी ऽऽऽ

झोका बंद होऊन दोरी लोंबू लागली. पाळणा हलेना झाला. वर-खाली होणारा पंखा हाताने अडवून तो पुन्हा ओरडला, "जरा प्रकाश येऊद्या आत! सगळ्याच खिडक्या कशाला बंद केल्या? अगं, एक खिडकी उघड आधी."

खिडकी उघडली आणि पावसाची रिमझिम सुरू झाली. बंद खिडक्यांच्या तावदानांवर थेंब पडू लागले. उघड्या खिडकीतून ते आत येऊ लागले. बाहेर आभाळ भरभरून आले आणि उपडे होऊन गळू लागले. बुरबुर जाऊन मुसळधार पाऊस सुरू झाला...

....पाऊस कसा पडतो?
मुसळधार!
इट् इज रेनिंग कॅट्स अँड डॉग्ज...
मुसळधार म्हणजे कसा?
'कॅट्स अँड डॉग्ज'
विजा काय करतात?
विजा चमकतात.
ढग कसे वाजतात?
ढग गडगडतात...

आकाश काळवंडून आले. काजळी धरून राहिले. रस्ते दुधडी पाण्याने भरून गेले. गुडघ्या-मांड्यांइतके पाणी रस्त्याने वाहू लागले. तुमानी वर धरून पोरे पावसात खेळू लागली. कागदी होड्या गटंगळ्या खाऊ लागल्या. त्यांच्या मागून मुले धावू लागली. पावसांत भिजू लागली. त्यांच्या काळ्यामाळ्या सुरू झाल्या.

येरे येरे पावसा
तुला देतो पैसा
पैसा झाला खोटा
पाऊस आला मोठ्ठा!

त्यांच्या काळ्या माळ्या सुरूच झाल्या. पूर आलेला ओढा धबधब्यागत वाजू लागला. तो एकसुरी निनाद कानात घुमू लागला. भरून आलेल्या आकाशात दाही दिशा लुप्त झाल्या. तो खिडकीशीच खिळल्यासारखा उभा राहिला.

ती त्याच्याजवळ जाऊन हलकेच म्हणाली,

''असंच किती वेळ उभे राहणार इथं?''

पाऊस एकसारखा कोसळत होता. बाहेर बागेतली झाडं न्हाऊन निघत होती. भिजून ओलीचिंब झाली होती. पाण्याचे तुषार अंगावर येऊन त्या थंडगार शिडकाव्याने काटा उभा होता. त्याला वाटले, चटकन पुढे व्हावे आणि हातात टॉवेल घेऊन त्या झाडांचे अंग पुसावे...हलक्या हातांनी त्यांना पावडर लावावी...

डोळ्यांच्या भिंगावर आलेली आर्द्रता रुमालाने पुशीत तो म्हणाला, ''पावसाला काही ताळमेळच राहिला नाही! असाच आणखी काही वेळ ती कोसळत राहिला तर घरं वाहून जातील नाही!''....

घरं वाहून जातील नाही?...

कोणती गोष्ट सांगू तुला?

काऊचिऊची?... एक होती चिमणी आणि एक होता कावळा. चिमणीचं घर होतं मेणाचं आणि कावळ्याचं घर होतं शेणाचं. एकदा काय झालं– ती दोघं गेली बाजाराला. आणि इकडं काय झालं? धो धो पाऊस आला. पाणीच पाणी झालं. कावळ्याचं घर गेलं वाहून, पण चिऊचं मेणाचं घर तसंच राहिलं. बाजार करून दोघंही परत आली. काऊचं घर वाहून गेलं होतं. मग तो आला चिऊताईकडे. दारात उभा राहून तो म्हणाला,

''चिऊताई चिऊताई दार उघड.''

चिऊताई म्हणाली, ''थांब बाबा, माझ्या पोराला न्हाऊ घालू दे.''

''चिऊताई चिऊताई, दार उघड.''

चिऊताई म्हणाली, ''थांब बाबा, माझ्या पोराला काजळ घालू दे.''

''चिऊताई चिऊताई, दार उघड.''

चिऊताई म्हणाली, ''थांब बाबा, माझ्या पोराला झोपवू दे.''

''चिऊताई चिऊताई, दार उघड.''

लीलाने खिडकी बंद केली आणि बळेच त्याच्या दंडाला धरून ती म्हणाली, ''चला, असं उभं नाही राहायचं. हे काय वेड्यासारखं?''

तो मागे वळला. मानेखाली मऊ उशी घेऊन रेलून बसला. याच्या शेजारी बसत तिने विचारले,

"कविता वाचून दाखवू का मी?"

"नको."

"मग काय करू?"

"गरम गरम चहा कर दोन कप– आणि सिगारेटचं पाकीट कुठं आहे बघ."

"बघते." असे म्हणून ती उठली आणि अकारण रागावून त्याने विचारले,

"काय बघतेस? नेहमी स्टॉक करून ठेवीत जा म्हणून किती वेळा बजावलंय तुला?"

टेबलावर जवळच पडलेले सिगारेटचे पाकीट तिने जलदीने उचलून त्याच्या हातात दिले. सिगारेट शिलगावून तो म्हणाला,

"जा, आधी चहा कर लवकर."

उठून आत जाता जाता तिने विचारले,

"काही खायला करू का?"

"खायला? काय करतेस? लाह्या भाजतेस?"

डोळ्याला पदर लावून ती मुक्यानेच आत गेली. एक सिगारेट संपवून दुसरी सिगारेट पेटवत त्याने विचारले,

"झाला का नाही चहा अजून?"

ती बाहेर येत म्हणाली, "हा काय घेऊन येतेय्."

कप तोंडाला लावीत त्याने विचारले,

"तू नाही घेत?"

"आत्ताशी कुठे दोन वाजताहेत. मी घेईन मागाहून."

चहा घेऊन झाल्यावर पुन्हा सिगारेट ओढण्यासाठी त्याने पाकीट हातात घेतले. त्यातला सगळ्या सिगारेटी बाहेर काढून ओळीने टेबलावर मांडल्या आणि पाकिटातली चांदी हातात घेऊन तो स्वस्थ बसून राहिला.

ती त्याचा हात हातात घेऊन म्हणाली,

"अंग का गरम लागतंय तुमचं?"

"छे! मला तर थंडी वाजतेय! स्वेटर घे माझा. आणि स्कार्फ कुठे आहे गं?"

त्याने अंगात स्वेटर घातला, गळ्याभोवती गरम स्कार्फ लपेटला आणि पायांवर चादर ओढून घेत तो म्हणाला, "बैस अशी जवळ. तुझ्या मांडीवर डोकं ठेवू का मी?"

मांडीवर डोकं ठेवून तो हातातली चांदी न्याहळू लागला. ती वेडी होऊन त्याच्याकडे बघत राहिली, तसा तो दाटून आलेल्या गळ्याने म्हणाला,

"थोपट ना मला. नाही तर गोष्ट सांग एखादी... मला झोप येईल अशी." ती हलक्या हातांनी थोपटू लागली.

थोपटणारे हात एकाएकी थांबले आणि त्याच्या कुशीत शिरून ती स्फुंदू लागली. उरात कोंडलेले दु:ख उफाळून वर येऊ लागले, तशी त्याने हातातली चांदी फेकून दिली आणि कापऱ्या हातांनी तिचे डोळे पुसत तो समजावू लागला. काय बोलावे त्याला कळेना झाले. तोंडातनं शब्दही निघेना झाला. कशीबशी तिला जवळ घेत तो बोलला,

"लीला, असं नको गं करूस."

ती बाजूला झाली आणि उशीत खुपसून म्हणाली, "तुम्हीच मला त्रास देता."

"खरं आहे तुझं. चल आपण दूर कुठं तरी भटकून येऊ."

ती उठून बसली. गादीवरची उशी मांडीवर घेऊन भकास डोळ्यांनी वर बघत ती म्हणाली,

"आता आपण कुठे जाऊया म्हणजे आपलं मन रमेल?"

तिचा तो ओढलेला चेहरा आणि भकास डोळे पाहून त्याच्या छातीत धस्स झाले. तिचे शब्द कसेबसे बाहेर आले होते. त्यातली व्याकुळता न साहवून तो खिडकीकडे गेला आणि बंद खिडकीची तावदाने उघडून बाहेरच्या प्रकाशाशी नाते जोडीत म्हणाला, "लीला, मला धीर दे गं... आपणच आता एकमेकाला धीर द्यायला नको का?"

पण ती काही बोलण्याऐवजी व्याकूळ दृष्टीने बाहेर पाहू लागली. खिडकीतून दिसणाऱ्या बाहेरच्या जगावार नजर स्थिर करून ती स्थितप्रज्ञासारखी निश्चल बसून राहिली.

बाहेर बागेतली झाडे थंडीने काकडून गेली होती. पाने गाळीत उभी होती. पिकलेली पाने देठांतून निखळत होती, तशीच गडद हिरवी-पोपटी पानेही गळत होती. पानांची ही गळती न्याहळीत तिने विचारले,

"हा कोणता ऋतू आता सुरू झाला आहे हो? ग्रीष्म की हेमंत?"

आणि काय बोलावे ते न कळून तोही बाहेर पाहू लागला–

दुपारच्या उन्हाने तगमग होऊ लागली, शिशिरातल्या थंडीने अंगात हिंव भरू लागले आणि वर्षा ऋतूतले ढग गोळा होऊन काजळी धरलेले आकाश उपडे होऊन गळू लागले... पावसाची रिमझिम सुरू झाली, झाडे निथळू लागली आणि त्यांची पानेही गळू लागली...

■

वाटचाल

माजघरात कुणकूण सुरू झाली आणि सोप्याला निजलेला म्हादा दचकून जागा झाला. तोंडावरचं घोंगडं त्यानं बाजूला केलं. टक्क डोळे उघडून तो अंधाराकडं बघत राहिला. आतली कुणकूण ऐकू येऊ लागली तसा त्याचा जीव गलबलून गेला. उगच कान लावून पडला. एखाद्-दुसरा शब्द तेवढा कानावर येऊ लागला. मनाला चारचार झोंबू लागला. अंगाची लाही लाही होऊ लागली. डोक्यात तेल्याचा घाणा फिरू लागला. मस्तकात घण पडू लागला. कारकार दातावर दात वाजू लागला. मनाला चिरड येऊ लागली. आतल्या आत जीव तडफडू लागला. नेभळ्यागत तो गप पडल्याजागी पडून राहिला. आत कान देऊन ऐकू लागला. डोळे उघडे ठेवून अंधाराकडं बघत राहिला.

परड्याचं दार वाजलं आणि माजघरातली कुणकूण ऐकू यायची बंद झाली. सगळं सामसूम झालं.

बोट लागल्यागत घर मात्र डचमळू लागलं. गरागरा भोवतीनं फिरू लागलं. त्याला अंधारात काही दिसेना झालं. पाण्याच्या लोंढा धावून येऊ लागला. दोन्ही हातांत तोंड दडवून म्हादा मुसमुसू लागला.

एक आवंढा गिळून तो उठून बसला. मान खाली घालून विचार करीत राहिला.

भिर-भिर-भिर वारं सुटलं. ढग गोळा होऊन धावून आले. पाण्याच्या धारा गळू लागल्या. मुसमुसणारा म्हादा डोळे गाळत बसून राहिला. डोक्यात विचारांचे थैमान सुरू झालं. डोळ्यांपुढे एकाएकी मावशीचा चेहरा उभा राहिला. तोंड कुरवाळून ती

बोलू लागली,– "पोरा, कशाला ऱ्हातोस आईजवळ?"

"तर कुठं जाऊ मावसे?"

"का चिंता करतोस? माझ्याकडं येऊन ऱ्हा. असं अवघडं वाटायला, कुठं माझी धापांच पोरं रडाय लागल्यात?"

म्हादा गुडघेमिठी घालून बसला. पराणी लागल्यागत त्याचा जीव तळमळू लागला. एकाएकी 'आ' करून त्यानं तोंड उघडलं आणि कचकन आपलंच मनगट तोंडात धरलं. विचार न करता कर्रकन चावलं. कळ येऊन सबंध हातातनं झिणझिण्या येऊ लागल्या. तोंडातलं मनगट सोडून तो गप बसून राहिला.

भिरभिरणारा वारा थांबला. आभाळ निवळल्यागत झालं. डोळे पुसून म्हादा उठून उभा राहिला. रात्री उशाला घेतलेलं कुडतं त्यानं अंगात घातलं. डोळ्यापुढं पुन्हा एकाएकी मावशी येऊन उभी राहिली. एक दृष्टान्त व्हावा तसं घडलं.

झुकांड्या देत तो दाराकडे गेला. धाडकन त्यानं दार उघडलं. उगवतीकडं तोंड करून तो बघत राहिला.

नुकतं तांबडं फुटलं होतं. अजून चांदण्या दिसत होत्या. अंधार कमी झाला नव्हता. तोंडाला तोंड दिसत नव्हतं.

तो घाईनं माघारी वळला. कोपऱ्यातला पाण्याचा तांब्या घेऊन बाहेर पडला....

परभारी ओढ्याला तोंड धुऊन घरला आला. एका तंद्रीतच चालत आला.

आत माजघरात निजलेल्या आईला कसली चाहूल न देता त्यानं डोक्याला टोपी घातली. अंगातल्या शर्टचड्डीनिशी तो बाहेर पडला. मागचा पुढचा विचार न करता तो लगालगा चालू लागला. गल्लीबोळातनं बाहेर पडला. गाव मागं राहिलं आणि एकाएकी वाट तुडवत तो चालू लागला. चटाचट पाय उचलू लागला. एक वारा सुटल्यागत भर्राका निघाला.

तो आई विसरला. घर विसरला. गाव विसरला. सारं विसरून चालू लागला आणि चालू लागला तसं विसरू लागला. त्याचं सारं ध्यान पायाखालच्या वाटेकडं लागलं. ओढ्याच्या पाण्यागत पायवाट पुढं सारखी पळत चालली.

चांदण्या दिसेना झाल्या. चांगलं फटफटलं. तोंडाला दिसूं लागलं. तांबड्या मातीचा फफुटा पायाच्या तळव्यांना गार लागू लागला. पाय उचलून टाकताना सुख वाटूं लागलं. उडणाऱ्या फूलपाखरागत म्हादा आपल्या अवतीभोवती बघत चालला.

आणि एकाएकी आभाळात ढग आल्यागत धुकं गोळा झालं. धूर पसरावा तसं सगळीकडं पसरलं. आजूबाजूचे डोंगर दिसेनासे झाले. हिरवीगार दिसणारी झाडी धुक्यात तोंड झाकून बसली. तिन्हीसांज होऊन कडुसं पडल्यागत भासूं लागलं. बघावं तिकडं सगळे पिंजलेल्या कापसाचे ढगच दिसू लागले. समोर दहा हातांवरचं काही दिसेनासे झालं. सारं अंधारून आलं. पायाखालची वाट कुणीकडं निघालीय्

हे कळेनासं झालं. तो भांबावून गेला. उभा राहून चहूबाजूला बघू लागला. धुक्याशिवाय त्याच्या डोळ्यांना दुसरं काहीच दिसेना झालं. धुकं, धुकं सगळीकडं धुकंच दिसूं लागलं. नजरबंदी झाल्यागत झाली. भुलल्यागत तो एका जागी उभा राहिला. समोर नजर लावून बघत राहिला.

दहा हातांवर दिसणारं धुकं झपाट्यानं जवळ येत चाललं. अंगावर चालत येताना दिसू लागलं. हां हां म्हणता तो धुक्यामध्ये वेडगटून गेला. तो तसाच चालू लागला. आंधळ्यानं काठी टेकत चालावं तसा निघाला.

...लुकूलुकू मान हालवत त्याचा आज्जा सामने आला. उंबऱ्यावरच ठेचाळला. काठीसकट खाली कोलमडला आणि मान टाकून विव्हळला,

''लेकरा, तुझा बा गेला आणि काय बघायचं दिवस आलं रं हे? ह्या सटवीनं कंबरचं सोडून डोसक्याला गुंडाळलं की रं! देवा, आता गपकन् डोळं झाक रं माझंऽऽ''

''कुठं निगालासगा आज्जा?''

''लेकरा लांब लांब...''

चालता चालता म्हादा मान वर करून बघत रहिला. लांब पल्ल्यावर नजर टाकून बघू लागला. काही दिसेनासं झालं तसं तो हाताच्या बाहीनं डोळे पुसून चालू लागला.

दिवस उगवून वर आला. दाट धुकं पातळ झालं. आजूबाजूची झाडी दिसू लागली. कोवळ्या उन्हात हिरवी रेशीम चमकू लागली. जागजागी तंबू ठोकल्यागत डोंगरमाथे दिसू लागले. लांबून दिसणारे डोंगरांचे सुळके देवळाच्या कळसागत तळपू लागले. पायाखालची नागमोडी वाट चिंचोळी होऊन वाकडी-तिकडी पळू लागली. डोंगराच्या कमरेला विळखा घालून गोल फिरू लागली. भोवऱ्यागत स्वत:भोवतीच वेढे घेत राहिली. ती अशी वेढे घेऊ लागली आणि भोवतालचे डोंगरमाथेही फिरू लागले. झाडंझुडपंही फिरू लागली, वाट वर चढू लागली; खाली उतरू लागली. झोका वर जाऊ लागला, खाली येऊ लागला. पाण्यात हेलावणाऱ्या नावेगत सूर्य वरखाली होऊ लागला; कोणी तरी वरून दाबल्यागत दडीमारून खाली जाऊ लागला; उसळी मारून वर येऊ लागला. लहान पोरागत लपंडाव खेळू लागला. डोंगराआड लपू लागला; मान बाजूला करून हळूच डोकावू लागला. निळ्या काचेतून पिवळं ऊन खाली उतरू लागलं. जिकडं तिकडं टवटवीत दिसू लागलं. रात्रीतून फुललेल्या मोगऱ्याच्या झाडागत सृष्टी तरारल्यागत दिसू लागली. दिवस उगवला. सकाळ झाली आणि हातांपायांत हुरूप आला. पाय नेटानं पडू लागला. हाताला झोले देत म्हादा झपाझप चालू लागला. वाट घसरतीला लागली आणि पायाची सायकल पळू लागली. खालची रानं गरागरा

फिरू लागली. जत्रेतला पाळणा वर जाऊ लागला; खाली येऊ लागला, तांबड्या, पिवळ्या रंगीत कागदाचं चक्र धुंईऽऽ करून वाजू लागलं... मेवा बत्ताशाची दुकानं लागू लागली....

...बादली फेट्याचा शेंबला टाचेपर्यंत सोडून अण्णा खोत झुकांड्या देत चालू लागल... अंगभर दागिने घातलेली आई भरजरी हिरवं लुगडं नेसून त्याच्या मागनं फिरू लागली. दुकानापुढं उभं राहून भेंडबत्तासे घेऊ लागली...

हातात घेतलेली साखरेची चित्रं खाली पडली. पाळणा गरागरा फिरू लागला... भोवळ आल्यागत झाली...

भोवळ आल्यागत होऊन म्हादा उभा राहिला. डोळे उघडून खाली बघू लागला. एक खोलच खोल अंधारी दरी दिसू लागली. नजर पोचेनाशी झाली. त्याला खाली बघायचा धीर होईना झाला. श्वास रोधून जीव कोंडल्यागत झाला. मागच्या पावलानं तो मागे सरला आणि एक कोचीचा दगड त्याच्या पाठीला लागला... धपकन् एक रपाटा पाठीत बसला. हुक्क भरलेला म्हादा पळत सुटला. घसरतीला लागून त्याच्या मांड्या भरून येऊ लागल्या दम लागून छाती वरखाली होऊ लागली. सावकाश पावलं टाकीत तो चालू लागला.

कोवळं ऊन तिरकं झालं. डोळ्यांत घुसून चमकू लागलं. उन्हाचा सरडा रंग बदलू लागला. पिवळं-सोनेरी ऊन निळं दिसू लागलं. निळं ऊन हिरवं-पोपटी होऊ लागलं. ऐना लकाकू लागला. तेरड्याची फुलं उमलू लागली. इंद्रधनुष्य डोळ्यापुढं पेटू लागले; विझू लागले. रंगांत रंग मिसळू लागले... दौत उपडी होऊन अंगावर सांडू लागली...

...शाळेची घंटा घणाणू लागली. पोरांचा लोंढा मुसंडी मारून बाहेर पडला. पळता पळता तोल गेला. पायाखाली पाटी फुटली. पोरं येऊन भोवतीनं नाचू लागली... 'खोत खोत' म्हणून ओरडू लागली. घुईला करत उभी राहिली... खोताच्या नांवानंऽऽ चांगभलं...

चालता चालता तो उभा राहिला. नजर लावून खालच्या ओढ्याकडं बघू लागला.

मेलेल्या जनावरचा एक सांगाडा ओढ्याच्या कडेला पडला होता. त्यावर धारीगिधाडांची झिम्मड पडली होती. जत्रा भरली होती. वर तरंगणाऱ्या पक्ष्यांची सावली खाली पडली होती.

त्या सावलीकडं बघत तो थोडा वेळ उभा राहिला आणि पुन्हा मान वळवून चालू लागला.

लहान लहान टेकड्या मागे राहिल्या आणि गैबीचा डोंगर जवळ आला. जंगल सुरू झालं. झाडाझुडपांतनं वाट काढत म्हादा चालू लागला. पायाखाली बिकट

वाट तुडवू लागला. बघावं तिकडं झाडंच दिसू लागली. ओळखू न येणारी वनस्पती भेटू लागली. पिकलेल्या-वाळलेल्या पानांचा खचच्या खच पायाखाली लागू लागला. वाटेवर आडव्या तुटून पडलेल्या मुळ्या पायाला आडवू लागल्या. दिवसांचं तोंड दिसेनासं झालं. आभाळ आल्याचा भास झाला. चालता चालता भीतीनं अंगावर कांटा उभ राहिला. वाघ पाठी लागल्यागत तो झपाट्याने निघाला. तोंड उघडून धापा टाकू लागला. दम लागून नरड्यात तिखटाची गुळणी आल्यागत होऊ लागली. पाय भेंडाळून गेले. पाऊल उचलता येईनासं झालं. वाटेवर अंग झोकून देऊन गप डोळे मिटून पडावंसं वाटू लागलं.

दाट जंगल मागं गेलं. उन्हाचे किरण अंगावर पडू लागले. पिकलेल्या, वाळलेल्या पानांचा खच पायाला लागेनासा झाला. पांढरं स्वच्छ आभाळ समोर दिसू लागलं. दमलेला म्हादा एका झाडाखाली येऊन कसाबसा आडवा झाला. गार सावलीखाली पडून रहिला.

छातीचा भाता हालायचा थांबला. भरून आलेले पाय मोकळे झाले. घटका दोन घटका गप असंच पडून राहावसं वाटू लागलं. पडल्या पडल्या त्यानं डोळे मिटून घेतले. वाऱ्याचा गार झुळका अंगावर येऊं लागल्या. झाड हालू लागलं. पानांची सळसळ ऐकू येऊ लागली...

...कुजबूज ऐकू येऊ लागली. खसपस वाढू लागली. रात्र उलटू लागली... झोप उडून गेली....

झोप उडून गेली.... काय करावं कळेनासं झालं. पडलेला म्हादा उठून बसला. बसवेनासं झालं तसा उभा राहिला आणि आपली वाट धरून चालू लागला.

दिवस चांगला वर आला. ऊन तापू लागलं. पाय भाजू लागले. चालावं तशी वाट लांब होऊ लागली. ऊन सारखं तोंडावर बडवू लागलं. तिरीप सहन होईनाशी झाली. डोळ्यांपुढं पिवळेनिळे काजवे चमकू लागले. मान खाली घालून तो पाय उचलू लागला. कुठं तरी जरा निवारा बघून थांबावंसं वाटू लागलं.

जवळच डेरेदार आंब्याचं एक झाड दिसलं. झाडाखाली विहीर दिसली. पायाखालची वाट सोडून तो बगलेला झाला. घाईघाईनं आधी विहिरीत उतरला धुळीनं माखलेले पाय पाण्यांत बुडवून उभा राहिला. थंडगार पाणी पायाला लागून त्याचा जीव संतोषून गेला. तो खाली वाकून घटाघटा पाणी प्याला. पोट फुगून तुडुंब झालं. जीवाला थंडावा वाटला. पाय तसेच पाण्यात बुडवून तो पायरीवर बसला. हालणाऱ्या पाण्याकडं बघत राहिला. पाण्यावर तरंगणारं हिरवं-पोपटी शेवाळ सरकत सरकत जवळ येऊ लागलं....

...गवताच्या पात्यागत जरीकाठी हिरवंगार लुगडं डोळ्यासमोर उभं राहिलं... खवळलेला म्हातारा ओरडू लागला... काठी उगारून धावू लागला...

थंडाव्याला टेकलेला म्हादा उठला. भराभरा पायऱ्या चढून वर गेला. आंब्याच्या झाडाला पाठ लावून सावलीला उभा राहिला.

....झाडाला पाठ लावून सावलीला गार उभा राहिला आणि थोराड अंगाचा गणा जवळ येऊन चिकटला. तोंड बाजूला करून म्हादा उभा राहिला. त्याच्या खांद्यावर हात ठेवून गणा म्हणाला,

"म्हाद्या कारं हितं?"

"उगच..."

डोळ्यांत पाणी साकळलं आणि गणा विचारू लागला,– "म्हाद्या, तू आता कुक्कुबाळ न्हाईस. तुला कळाय पायजे..."

म्हादा पळत सुटला. वाट धरून चालू लागला. गवताचा भारा डोक्यावर घेऊन झपाझप चालावं तसा तो पाय उचलू लागला. उजाड माळ पायाखाली तुडवू लागला.

दिवस डोक्यावर आला. ऊन चपाचपा बडवू लागलं. पाय होरपळू लागले. पेटलेल्या खाईतनं चालल्यागत वाटूं लागलं. वणवा लागल्यागत सगळीकडं भयाण दिसू लागलं. डोळ्यापुढं ज्वाळा नाचू लागल्या. अंगाला धग लागू लागली. टाळकं तडकू लागलं. पायाचा हावळा भाजू लागला हिरवेपिवळे फोड उठू लागले. तापलेल्या धुरळ्यावर पाय टेकता येईनासा झाला आणि चालून दमलेल्या म्हादाला भराभर पाय उचलता येईना झाला. चटाचट चटके बसू लागले. जीव हैराण होऊन गेला. सावली बघून मट्टकन खाली बसावं असं वाटू लागलं. मेटाकुटीस आलेला म्हादा कडेच्या एका झाडाखाली गेला. पाय मोडल्यागत मट्टकन खाली बसला. ढुंगणावर टेकून एका अंगाला कलंडला. डोळे झाकून निवांत पडला.

एक डुलका घेऊन तो जागा झाला. त्याचे डोळेच उघडेनासे झाले. दगडागत अंग जडशील होऊन गेलं. हातापायांची लाकडं हालेना झाली. त्याला ह्या अंगानं त्या अंगाला होता येईना झालं. अंगावर पांघरूण घेऊन गप दुमडून पडावंस वाटू लागलं. डोळे झाकून तो पडूनच राहिला...

...अंगावरची पासोडी हालू लागली... एकाएकी डोळा उघडला...

डोळा उघडला आणि हडबडून जागा झाल्यागत तो उठून बसला. बसवेनासं झालं तसा उठून उभा राहिला. पाय उचलून चालू लागला. वाट पळू लागली.

दिवस कलून ऊन पाठीवर आलं, पाणी-पाणी करून जीव हैराण होऊन गेला. मिळेल तिथलं पाणी पिऊन तो चालू लागला. काही केल्या तहान भागेनाशी झाली. घशाला सारखी कोरड पडू लागली. उसाला चाललेला पाट दिसला; तरी म्हादा तिकडे धाव घेऊ लागला. गाव आलं की आधी पाणी मागू लागला. पाणी पिऊन पिऊन पोट तडीस लागलं. चालताना पोटात डचमळू लागलं; तरी तहान काही

जाईना झाली. घशाला सारखा सोस पडत चालला. विहिरी दिसेना झाल्या. ढग गळेना झाला. वर मान करून टिटवीगत आरडावं असं वाटू लागलं. सासणकाठीगत म्हादा भेलकांडत चालू लागला. चालून चालून पायाचे तळवे सोलून गेले. भाजलेल्या वांग्यागत दिसू लागले. गोळे उठून मांड्या सणकू लागल्या. पायाच्या पिंढऱ्या दुखू लागल्या. तंगड्या सारख्या मागेपुढे करून जांघाडांत अवधानं उठलं. कुऱ्हाडीनं खापल्यागत कंबर तुटून गेली. ओढ लागून पाठीचे मणके दुखू लागले. हाताला सारखे हिसके बसून खांदे अवघडून गेले. मान आवटाळून गेली. सारं अंगच ताटकळून गेलं. अंगातल्या साऱ्या शिरान् शिरा आखडल्यागत झाल्या. पाय उचलणं जिवावर येऊ लागल. कुणी तरी पाठीमागून ढकलल्यागत तो पुढे चालू लागला. कसा तरी पाय ओढू लागला. पायाला पाय तटू लागले. वाट लांबू लागली. किती चाललं तरी ओसरेनाशी झाली.

दिवस मावळून तिन्हीसांज झाली. म्हादा टेकाड चढून घसरतीला लागला. गावचे दिवे लांबून दिसू लागले. बिनघोरी होऊन तो सावकाश चालू लागला. गाव जवळ येत चाललं. चालता चालता तो उभा राहिला. आवटाळून गेलेली मान मागे झुकवून वर आभाळाकडं बघत राहिला. एक हळी देऊन मावशीला हाक मारावी असं वाटू लागलं. वर केलेली मान सरळ करून तो समोर बघत राहिला... चालवना गं मावसे, गाडीत घालून घेऊन तरी जा मला... मनात नाना तऱ्हेचे विचार येऊ लागले. वाटेवरच अंग झोकून गप पडावंसं वाटू लागलं. थांबलेला म्हादा पाय उचलून चालू लागला. तळव्याचे फोड दुखू लागले. पायाच्या धुरांना भार सहन होईना झाला. बोटं पाय टेकू देईनाशी झाली.

थांबत थांबत तो कसाबसा गावापर्यंत आला. मावशीचं घर लांबनं दिसू लागलं. दोन पावलं उचलणंसुद्धा आता जिवावर आलं. नको हे चालणं असं होऊन गेलं. पायच उचलेना झाला. कंबर लुळी पडत चालली. दोन्ही अंगाला तोल जाऊ लागला. कुणी तरी उचलून खांद्यावर घ्यावंसं वाटू लागलं. फेसाटी निघालेला म्हादा थांबत थांबत निघाला. पाय ओढत कसाबसा घराजवळ आला. हुंबरा ओलांडून आत आला. कड गाठली आणि धाडकन् अंग टाकून सोप्यालाच खाली पडला.

त्या आवाजासरशी चुलीपुढं बसलेली मावशी उठून बाहेर आली. भुईलाच अंग टाकून पडलेल्या म्हादाला बघून धावून जवळ गेली. डब पडून म्हादा गचागच हुंदके देऊ लागला. पाठीवरून हात फिरवत मावशी विचारू लागली, ''एकटाच कसा आलास रं बाळा? वाट तरी कशी वसरली तुला?''

थोड्या वेळानं ती उठून आत गेली. चुलीवर पाणी ठेवून बाहेर आली. तेलाची वाटी जवळ घेऊन म्हणाली, ''बघूं पाय कर हिकडं.''

डब पडलेला म्हादा उताणा झाला. दिवा मोठा करून मावशीनं त्याचा एक

पाय मांडीवर घेतला. धुळीनं माखलेला पाय ती खाली वाकून नीट बघू लागली. तिच्या डोळ्यांत पाणी उभं राहिलं. तळव्याला तेल लावत ती म्हणाली,

"चालून चालून वांग्याचं भरीत झालय की रं पोरा!"

विव्हळल्यागत करून तो म्हणाला,

"बेतानं गं मावसे ऽऽ"

नीट निरखून बघत ती म्हणाली,

"काय फोड उठल्यात रं हे! मक्याच्या दाण्यागत दिसाय लागल्यात की!"

पायाच्या बोटांची हालचाल करीत तो म्हणाला,

"बोटंच का लई दुकावीत?"

"दुकंनात तर काय होईल बाबा!"

मावशीनं चांगलं चोळून-मोळून पायाला तेल लावलं. नसा दाबल्या. पिंढऱ्या रगडल्या. काड्‌काड्‌ बोटं मोडली. त्याच्या डोळ्यावर झोप येऊ लागली. न हालता तो निपचित पडून राहिला. त्याला हातानं हालवून ती म्हणाली,– "चल, ऊन ऊन पानी घे चल पायांवर आणि पुन्हा येऊन लवंड म्हणं. चल जरा पायांवर पानी घे म्हणजे तेवढंच हलकं वाटंल. ऊठ बघू. ऊठ रं बाळा माझ्या."

म्हादा कसाबसा उठला. भिंतीला धरून अवघडल्यागत उभा राहिला. मावशीकडं तोंड करून म्हणाला,

"मावसे ऽऽ चालवत न्हाई गं मला..."

पेकाळून गेलेला म्हादा कोलमडल्यागत खाली बसला. लगबगीनं मावशी जवळ गेली. आधारासाठी हात धरून म्हणाली,– "न्हाई चालवत तर ऱ्हाऊद्या. बस नीट जरा असं टेकून. हितंच पानी आनते."

भिंतीला पाठ लावून तो तिथंच खाली बसून राहिला. आत जाऊन मावशीनं ऊन पाणी बाहेर आणलं. परातीत पाय धरून म्हादा बसून राहिला. सोसेल तसं मावशी पायांवर पाण्याची धार धरू लागली. पायाच्या शिरा सलाम पडू लागल्या. बसल्या जागी त्याची मान कलू लागली. डोळे झाकू लागले.

जवळच एक घोंगडें पसरून मावशी म्हणाली, "आता पड निवांत ह्यावर. जरा डुलका घे. भाकरी झाल्या म्हंजे जेवायला उठवते."

ढुंगणानं सरकत सरकत म्हादा घोंगड्यावर गेला. अंगाचं मुटकुळं करून लवंडला. पडल्या पडल्या गपकन्‌ त्याचे डोळे झाकले.

बेतानं त्याच्या अंगावर पांघरुण घालून मावशी आत गेली. चुलीपुढं बसून भाकरीचं पीठ मळू लागली. काटवटात होणारा आवाज बाहेर येऊ लागला...

...माजघरातील कुणकूण ऐकू येऊ लागली... अंगाची लाहीलाही होऊ लागली... डोक्यात तेल्याचा घाणा फिरू लागला... मस्तकात घण पडू लागला...

अंगावरचं पांघरूण काढून म्हादा उठून बसला. चाहूल लागून दावणीचं जनावर चट्दिशी उठून उभं राहावं, तसा तो उभा राहिला. त्याचा पाय जाग्याला ठरेना झाला. तोल जाऊन धाडकन् तोंड भिंतीवर आदळला.

ओल्या पिठाचा गोळा तसाच हातात धरून मावशी बाहेर आली. कळवळणाऱ्या म्हादाला पोटाशी धरून म्हणाली,– ''लेकरा, चालून चालून पाय दमलं ऱ्हाईत काय रं तुझं?''

....खांद्यावर हात ठेवून गणा म्हणाला,

''म्हाद्या, कुक्कुबाळ ऱ्हायला ऱ्हाईस तू आता... तुला कळाय पायजे...''

एक उसळी मारून तो बाजूला झाला. बाण गेल्यागत थेट भिंतीवर गेला. एकाएकी त्याच्या पोटात खड्डा पडला. छातीत कोंडलेला श्वास त्याला बाहेर सोडता येईना झाला आणि बाहेर सोडलेला श्वास आत घेता येईना झाला. पिंजऱ्यात सापडलेल्या उंदरागत तो धडपडू लागला. काय करावं हे मावशीला कळेनासं झालं. बिचारी भांबावून गेली आणि डोळ्यांत पाणी आणून त्याच्या तोंडाकडे बघत राहिली.

अंगाचा तोल जाणारा म्हादा एकसारख्या फेऱ्या घालीत राहिला. त्याचे पाय थांबेना झाले. पायात पाय अडकू लागले, तरी पावलं पडत राहिली... तो सारखा चालत राहिला...

■

www.ingramcontent.com/pod-product-compliance
Lightning Source LLC
Chambersburg PA
CBHW060829250626
47162CB00005B/1996

9788177669305